வள்ளுவர் காலத்து விஞ்ஞானம்

சயின்ஸ் ஆன் சங்கம்

மா. திருமூர்த்தி

கனவுகளை எண்ணங்களாக மாற்றுங்கள்

எண்ணங்களை செயல்களாக மாற்றுங்கள்.

-டாக்டர் ஏ. பி. ஜே. அப்துல் கலாம்

உள்ளுறை

முன்னுரை

மனித இனம் நீண்ட பெரும் வரலாற்றைக் கொண்டுள்ளது. குறிப்பாக இரண்டாயிரம் ஆண்டுகளுக்கு முன் பல நாகரிகங்கள் தோன்றி, பல வகையான வாழ்வியல் முறைகளை நம் முன்னோர்கள் வாழ்ந்து வழங்கியுள்ளனர். அவற்றுள் ஒன்றான நம் தமிழ்ச் சமூகம், இருபது நூற்றாண்டுகளுக்கு முன்னரே செழித்து, மிகச் சிறந்த நாகரீகத்தைக் கொண்டிருந்தது. குறிப்பாக இலக்கியங்களும் அதன் பழமை தன்மையும் நம்முடைய முன்னோர்களின் நாகரிகத்தையும் வாழ்வியல் முறைகளையும் பல துறைகளில் மிகுந்த பங்களிப்புகளையும் விளக்குகிறது.

தமிழ் மொழியில் பல நூற்றுக்கணக்கான நூல்கள் இயற்றப்பட்டுள்ளது என்பதனையும், காலப்போக்கில் பல நூல்கள் மறைந்து போனதையும் **இரா. இளங்குமரன், மயிலை சீனி. வேங்கடசாமி** (மறைந்துபோன தமிழ் நூல்கள்) போன்ற பல ஆய்வாளர்கள் கூறியிருக்கின்றனர். இவையின்றி, இன்று கிடைக்கப்பெறும் பழமையான நூல்களை நாம் **சங்க இலக்கியம்** என்று கூறுகிறோம்.

சங்க இலக்கியம் என்பது சங்க காலத்தில் இயற்றப்பட்டது. சங்க காலம் என்பது **பொ.ஆ முன். 600 முதல் பொ.ஆ. 300** வரையிலான காலகட்டத்தில் சேரும். திருக்குறள் என்பது பதினெண் கீழ்க்கணக்கு நூல்களுள் ஒன்று. இந்நூல் **பொ. ஆ முன். 31**, அதாவது பொது ஆண்டிற்கு முன் முதலாம் நூற்றாண்டைச் சேர்ந்தது, என்ற காலகட்டத்தைத் தமிழக அரசால் மேற்கொள்ளப்பட்ட ஆய்வில் **மறைமலை அடிகள்** கூறுகிறார். பல தமிழ் மொழி அறிஞர்கள் திருக்குறளில் காலத்தினை வெவ்வேறாகக் கூறினாலும், பெரும்பான்மையான மொழியாளர்கள் **பொது ஆண்டிற்கு**

முன் முதலாம் நூற்றாண்டை வள்ளுவரின் காலமாகக் கூறுகின்றனர்.

தமிழ் மொழியில் அனைத்துக் காலகட்டத்தைச் சேர்ந்த இலக்கியங்களில் உள்ள அறிவியல் செய்தியைப் பல அறிஞர்கள் வகுத்துப் பல கட்டுரைகளாகப் பல அறிவியல் துறை அடிப்படையில் **தமிழில் அறிவியல் கருத்துகள்** என்ற நூலை எழுதி உள்ளனர், இந்தப் புத்தகத்தை முதலாக வைத்து இன்னும் அதிக அளவிலான ஆய்வுகளையும் நவீனக் கால அறிவியல் அறிவோடு தமிழ்ச் சங்க இலக்கியங்களை மீண்டும் வாசித்து அறிவியல் செய்திகளைக் கொண்டுள்ள வரிகளைக் கண்டறிவது இக்கட்டுரையில் நோக்கம்.

இக்கட்டுரையின் வழி திருக்குறள் இயற்றப்பட்ட காலத்தில் மனிதர்கள் எவ்வகையிலான அறிவியல் புரிதலைக் கொண்டு இருந்தனர் என்பதனை புரிந்து கொள்ளலாம். குறிப்பாக நம் தமிழ் முன்னோர்கள் இருபது நூற்றாண்டுகளுக்கு முன் எவ்வகையிலான அறிவியல் புரிதலைக் கொண்டு இருந்தனர் என்றும், அப்புரிதலை வள்ளுவர் தனது குறள்களில் எவ்வாறு கூறியுள்ளார் என்பதனையும் காண்போம்.

மேலும் குறள்களை மட்டும் கூறி அதன் பொருளையும், அறிவியல் செய்தியையும் கூறாமல்,

- அறிவியல் செய்தியின் இன்றைய நிலைப்பாடு என்ன இன்றைய புரிதல் என்ன என்பதனையும்,

- பிற நாகரிகங்களைச் சேர்ந்தவர்களும் எவ்வகையில் விளக்கி உள்ளனர் என்பதனையும், புரிந்து கொள்ளலாம்.

சான்றாக, ஒரு குறள் இருந்தால் அக்குறளில் அறிவியல் செய்தி இருந்தால், அந்தச் செய்தியினை இன்றைய நவீன அறிவியல் சார்ந்த உலகம் எவ்வாறு புரிந்து கொண்டுள்ளது என்பதனையும், அதனை வள்ளுவர் தன் குறளில் எவ்வாறு கூறுகிறார் என்பதனையும், மேலும் அதே காலகட்டத்தில் வாழ்ந்த வேறு நாகரீகத்தைச் சேர்ந்த

அறிஞர்கள் எவ்வாறு கூறுகின்றனர் என்பதனையும் காணலாம்.

இக்கட்டுரை **சயின்ஸ் ஆன் சங்கம்** (science on sangam) என்ற தொடர்ச்சியான கட்டுரைகளின் முதல் பாகம். அனைவருக்கும் பரிச்சயமான திருக்குறளிலிருந்து துவங்கினால் எளிமையாகப் புரிந்து கொள்ளலாம். மேலும் அனைத்துச் சங்க இலக்கிய நூல்களிலும் இருக்கக்கூடிய நேரடி மற்றும் மறைமுகமான அறிவியல் செய்தியினைப் பிரித்து சங்ககால தமிழ் மக்களின் அறிவியல் புரிதலைத் தெரிந்துகொள்வதே இக்கட்டுரைகளின் நோக்கம்.

இதைப் போன்ற முயற்சி முன்னதாகவே ஆங்கிலேயர்களாலும் பிற தமிழறிஞர்களாலும் மேற்கொள்ளப்பட்டது, குறிப்பாக அறிவியல் செய்திகளை மட்டும் கூறாமல் திருக்குறளில் உள்ள தத்துவங்களையும் பிற தலைப்புகளில் கூறப்படும் செய்திகளையும் விளக்கிக் கூறியுள்ளனர். இந்தக் கட்டுரையின் நோக்கம் திருக்குறளில் உள்ள அறிவியல் செய்திகளை மட்டும் தனியே எடுத்துக் கூறுவது ஆகும்.

மேலும் திருக்குறளில் உள்ள அறிவியல் செய்திகளை முன்னதாக கூறியிருந்தாலும் பிற சங்க இலக்கியங்களில் உள்ள அறிவியல் செய்தியினைப் பெரும்பான்மையாக யாரும் தனியாக எடுத்துக் கூறியது இல்லை, அதனால் இந்தத் தொடர் சங்க இலக்கியங்களில் உள்ள அறிவியல் செய்திகளைத் தனியாக எடுத்துக் கூறும் ஒரு முயற்சியாகும். அதன் வழி நம் தமிழாக்கத்தின் சமகால நாகரீகமான கிரேக்க மற்றும் எகிப்து நாகரீகம் கொண்டுள்ள அறிவியல் சிறப்புகளைப் போல் நம் தமிழர்களும் கொண்டிருக்கின்றனரா என்பதனை அறிய ஒரு முயற்சி.

சங்க இலக்கியம்

தமிழ் மொழியின் மிகப் பழமையான இலக்கியச் சொத்துகளில் ஒன்றாகும். இவை **பொ.ஆ.முன். 600 முதல் பொ.ஆ. 300** வரை உருவானவை எனக் கருதப்படுகிறது. இந்த இலக்கியங்கள் **சங்க காலம்** எனப்படும் காலகட்டத்தில் செழித்தெழுந்தன. சங்க காலம் என்பது, தமிழர் கட்டமைத்த இலக்கியத் துறவிகள் கூடம் (சங்கங்கள்) செயல்பட்ட காலமாகும். இக்காலத்தில் உருவான இலக்கியங்கள் தமிழர் நாகரிகம், கலாசாரம், வரலாறு, பாசம், வீர உணர்வு, சமூகம் போன்ற அம்சங்களைப் பிரதிபலிக்கின்றன.

சங்க இலக்கியம் **அகம் (உள்ளுணர்வு, காதல், தனிப்பட்ட உணர்வுகள்)** மற்றும் **புறம் (வெளியுறவில், போர், வீரம், அரசியல், சமூகப் பண்பாடு)** என இரண்டு முக்கிய பிரிவுகளாக வகைப்படுத்தப்பட்டுள்ளது. சங்க நூல்கள் **எட்டுத்தொகை, பத்துப்பாட்டு** ஆகிய தொகுப்புகளையும், பின்னர் உருவான **சிலப்பதிகாரம், மணிமேகலை** போன்ற காவியங்களையும் உள்ளடக்கியுள்ளன.

இவை வெறும் இலக்கியப் படைப்புகள் மட்டுமல்ல; சங்க நூல்கள் தமிழர் **வரலாறு, கலாசாரம், அரசியல், வர்த்தகம், மதம்** போன்ற பல்வேறு சமூக அம்சங்களை வெளிப்படுத்துகின்றன. சங்க காலத்தில் தமிழர்கள் **ரோமானியர், கிரேக்கர், தென்கிழக்கு ஆசிய நாடுகள்** ஆகியவற்றுடன் கடல் மார்க்க வணிக உறவுகளைக் கொண்டிருந்தனர் என்பதையும் இந்நூல்கள் உறுதிப்படுத்துகின்றன.

சங்க இலக்கியங்கள் **தமிழ் மொழியின் அடித்தளம்** ஆகவும், இன்று வரை தமிழர் மொழி, கலாசாரம், வாழ்வியல் ஆகியவற்றைத் தொடர்ந்து செழிக்கச் செய்கின்றன.

சங்க இலக்கியங்கள் :

தொல்காப்பியம் (இலக்கண நூல்) :

தொல்காப்பியம் தமிழ் மொழியின் முதன்மையான இலக்கண நூலாகக் கருதப்படுகிறது. இது தமிழ் மொழி மற்றும் இலக்கியத்தின் அடிப்படை நூலாகத் திகழ்கிறது. இந்நூல் **பொ.ஆ.முன் 500** முதல் **பொ.ஆ.முன். 200** காலக்கட்டத்தில் இயற்றப்பட்டது என அறியப்படுகிறது, ஆனால் சில அறிஞர்கள் இதை மேலும் பழமையானதாகக் கருதுகின்றனர். **தொல்காப்பியர்,** அகத்தியரின் சீடராக அறியப்படுகிறார், மற்றும் அவர் இந்நூலை எழுதியவர் எனக் கூறப்படுகிறது. இந்நூல் தமிழ் **எழுத்தியல், சொற்கள், இலக்கணம், மற்றும் இலக்கியக் கோட்பாடுகள்** போன்றவற்றை விரிவாக விளக்குகிறது.

தொல்காப்பியம் மூன்று அதிகாரங்களாகப் பிரிக்கப்பட்டுள்ளது :

1. **எழுத்ததிகாரம்** – தமிழ் எழுத்துக்கள், ஒலிகள் மற்றும் அவற்றின் வகைப்பாடு பற்றிப் பேசுகிறது.

2. **சொல்லதிகாரம்** – சொற்களின் உருவாக்கம், உருபியல் மற்றும் வாக்கிய அமைப்புகளை விளக்குகிறது.

3. **பொருளதிகாரம்** – இலக்கியக் கோட்பாடுகள், கவிதை மரபுகள், மற்றும் சமூக வாழ்க்கையை விவரிக்கிறது.

தொல்காப்பியம் வெறும் இலக்கண நூலாக இல்லாமல், **தமிழர் பழங்கால அரசியல், சமூகம், கலாசாரம்** போன்றவற்றைப் பற்றியும் விவரிக்கிறது. இது **திணை அமைப்பு** பற்றிக் கூறுகிறது, இதன் மூலம் பண்டைய தமிழ் வாழ்வியல் மற்றும் உணர்வுகள் நிலப்பரப்புகளுடன் தொடர்புப்படுத்தப்படுகின்றன.

தமிழ் மொழியின் முதல் இலக்கிய நூலாகக் கருதப்படும் தொல்காப்பியம், தமிழறிவியல், இலக்கியம், மற்றும் இலக்கண மேம்பாட்டில் தொடர்ந்து தாக்கம் செலுத்தி வருகிறது.

பதினென்மேற்கணக்கு :

1. எட்டுத்தொகை

2. பத்துப்பாட்டு

எட்டுத்தொகை :

எட்டுத்தொகை என்பது சங்க கால தமிழ் இலக்கியத்தின் முக்கியமான தொகுப்புகளில் ஒன்றாகும். இது எட்டு பெரிய காவியங்களின் தொகுப்புகளைக் கொண்டுள்ளது, இந்த நூல்கள் **அகம்** மற்றும் **புறம்** என இரு முக்கியமான வகைப்படுத்தல்களைக் கொண்டுள்ளன.

எட்டுத்தொகை நூல்கள் :

1. **குறுந்தொகை:** நூலில் *402* பாடல்கள் காணப்படுகின்றன. இதை *205* புலவர்கள் பாடியுள்ளார்கள், மேலும் இதை **பூரிக்கோ** தொகுப்பித்துள்ளார்.

2. **நற்றிணை:** நூலில் *400* பாடல்கள் உள்ளன. இதை *192* புலவர்கள் பாடியுள்ளனர், மற்றும் இதை **ஒரு பாண்டிய மன்னன்** தொகுப்பித்ததாகக் கூறப்படுகிறது.

3. **அகநானூறு:** நூலில் *401* பாடல்கள் காணப்படுகின்றன. இதனை *142* புலவர்கள் பாடியுள்ளனர். இதை **உருத்திர சன்மர்** தொகுப்பித்ததாகவும், **பாண்டியன் உக்கிரப் பெருவழுதி** தொகுத்ததாகவும் கூறப்படுகிறது.

4. **ஐங்குறுநூறு:** நூலில் *499* பாடல்கள் உள்ளன. இதனை *5* புலவர்கள் பாடியுள்ளனர். இதை **கூடலூர் கிழார்** தொகுப்பித்ததாகவும், **சேரல் இரும்பொறை** தொகுத்ததாகவும் அறியப்படுகிறது.

5. **கலித்தொகை:** நூலில் *150* பாடல்கள் உள்ளன. இதனை *5* புலவர்கள் பாடியுள்ளனர். இதை **நச்சினார்க்கினியர்** தொகுப்பித்ததாகக் குறிப்பிடப்படுகிறது.

6.   *பரிபாடல்:* நூலில் *33* பாடல்கள் உள்ளன. இதனை *13* புலவர்கள் பாடியுள்ளனர், ஆனால் தொகுப்பித்தவரும் தொகுத்தவரும் குறிப்பிடப்படவில்லை.

7.   *பதிற்றுப்பத்து:* நூலில் *86* பாடல்கள் உள்ளன. இதனை *8* புலவர்கள் பாடியுள்ளனர். இதற்கும் தொகுப்பித்தவர் மற்றும் தொகுத்தவர் குறித்த தகவல்கள் தெரியவில்லை.

8.   *புறநானூறு:* நூலில் *399* பாடல்கள் உள்ளன. இதனை *157* புலவர்கள் பாடியுள்ளனர். இதற்கும் தொகுப்பித்தவர் மற்றும் தொகுத்தவர் குறித்த தகவல்கள் குறிப்பிடப்படவில்லை.

பத்துப்பாட்டு :

பதிற்றுப்பத்து என்பது சங்க காலத் தமிழ் இலக்கியத்தின் முக்கியமான தொகுப்புகளில் ஒன்றாகும். இந்நூல்கள் **புறம்** இலக்கியத்திற்குச் சிறப்பான உதாரணங்களாகக் கருதப்படுகின்றன, ஏனெனில் அவை **போராட்டங்கள், வீரம், அரசர்கள், மற்றும் சமூக வாழ்வைப் பற்றிய** பாடல்களாக உள்ளன. இது பத்துப் பெரிய காவியங்களின் தொகுப்பாக அமைந்துள்ளது. சங்க காலத்துப் **பாண்டிய, சேர, சோழ** மன்னர்களின் வீரத்தை, ஆட்சி முறைகளை, புகழைப் பாடும் நூலாக இருக்கிறது. தமிழகத்தின் **குறிஞ்சி, முல்லை, மருதம், நெய்தல், பாலை** போன்ற நிலப்பரப்புகளையும், அவற்றில் வாழ்ந்த மக்களின் பண்பாடுகளையும் விவரிக்கிறது. இதில் பல்வேறு புலவர்கள் பாடல்கள் எழுதியுள்ளனர், அவர்கள் ஒவ்வொருவரும் தமது காலத்தின் **அரசியல், சமூகம், பொரியல், மற்றும் வாழ்க்கையை** வெளிப்படுத்தியுள்ளனர்.

அகம் சார்ந்த பாடல்கள் :

1.   *முல்லைப்பாட்டு: (103 பாடல் அடிகள்)* நப்பூதனார் இயற்றிய அகப்பொருள் சார்ந்த ஒரு சிறப்பு பாடல் ஆகும். அதேபோல்,

2. **குறிஞ்சிப்பாட்டு:** *(261 பாடல் அடிகள்)* கபிலர் பாடியதாகும்.

3. **நெடுநல்வாடை:** *(188 பாடல் அடிகள்)* நக்கீரர் எழுதிய அகப்பாட்டு ஆகும்.

4. **பட்டினப்பாலை:** *(301 பாடல் அடிகள்)* கடையலூர் உருத்திரங் கண்ணனார் இயற்றிய நூலாக, இது அகப்பொருளை விவரிக்குமா அல்லது புறப்பொருளைச் சார்ந்ததா என்ற குழப்பம் இருந்து வருகிறது.

புறப்பாடல்கள் :

5. **மதுரைக்காஞ்சி:** *(782 பாடல் அடிகள்)* மாங்குடி மருதனார் இயற்றியதும், இது **தலையாலங் கானத்துச் செருவென்ற நெடுஞ்செழியன்** பற்றிய புறப்பாட்டு ஆகும்.

ஆற்றுப்படை நூல்கள் : ஆற்றுப்படைகள் சிலரும் அரசரையும் பெரும் கொடையாளிகளையும் போற்றிப் பாடும் பாடல்களாகும்.

6. **சிறுபாணாற்றுப்படை:** *(269 பாடல் அடிகள்)* நல்லூர் நத்தத்தனார் இயற்றியது, இதில் **ஓய்மாநாட்டு நல்லிக் கோடன்** பெருமைகளை விவரிக்கிறது.

7. **பெரும்பாணாற்றுப்படை:** *(500 பாடல் அடிகள்)* கடையலூர் உருத்திரங்கண்ணனார் பாடியதாகும், இது **கரிகாற் பெருவளத்தான்** பற்றிய பாடல்.

8. **மலைபடுகடாம்:** *(583 பாடல் அடிகள்)* பெருங்குன்றூர்ப் பெருங்கவுசிகனார் எழுதியது, இது **கரிகாற் பெருவளத்தான்** பெருமைகளைப் புகழ்கிறது.

9. **பொருநாற்றுப்படை:** *(248 பாடல் அடிகள்)* முடத்தாமக் கன்னியார் எழுதியதாகும், இதுவும் **கரிகாற் பெருவளத்தான்** பற்றிய ஆற்றுப்படை.

10. **திருமுருகாற்றுப்படை:** *(317 பாடல் அடிகள்)* நக்கீரர் எழுதியதாகும், இது முருகப்பெருமானை போற்றிப்

பாடும் நூல், ஆனால் ஆற்றுப்படை வகையைச் சேர்ந்ததாகும்.

பதினெண் கீழ்க்கணக்கு நூல்கள் :

பதினெண் கீழ்க்கணக்கு நூல்கள் சங்க காலத்திற்குப் பிறகு, **பொ.ஆ 100 முதல் பொ.ஆ 600** காலக்கட்டத்தில் எழுதப்பட்டன. இவை சங்கத்திற்குப் பிறகு தோன்றிய தமிழ் நூல்களாகும். இந்த நூல்கள் சமூக ஒழுங்கு, நெறிமுறைகள், ஒழுக்கவியல், வாழ்க்கை முறைகள், மற்றும் தத்துவம் போன்ற பல்வேறு அம்சங்களை விவரிக்கின்றன. பல நூல்கள் பெரியார், சித்தர்கள், மற்றும் நெறிமுறைகளைப் போதிக்கும் புலவர்களால் எழுதப்பட்டவை.

1. திருக்குறள்
2. நான்மணிக்கடிகை
3. இன்னா நாற்பது
4. இனியவை நாற்பது
5. களவழி நாற்பது
6. திரிகடுகம்
7. ஆசாரக்கோவை
8. பழமொழி நானூறு
9. சிறுபஞ்சமூலம்
10. முதுமொழிக்காஞ்சி
11. ஏலாதி
12. கார்நாற்பது
13. ஐந்திணை ஐம்பது
14. திணைமொழி ஐம்பது
15. ஐந்திணை எழுபது
16. திணைமாலை நூற்றைம்பது
17. கைந்நிலை

18. நாலடியார்

இரட்டைக் காப்பியங்கள் :

தமிழ் இலக்கியத்தில் **இரட்டைக் காப்பியம்** எனக் குறிப்பிடப்படும் இரு சிறப்பான காவியங்கள் சிலப்பதிகாரம் மற்றும் மணிமேகலை ஆகும். இவை ஒன்றுக்கொன்று தொடர்புடைய கதைக்களத்தைக் கொண்டுள்ளன. இரண்டும் தொடர்ச்சி கதைகள், சிலப்பதிகாரத்தில் கோவலனின் மரணம் நிகழ்ந்தபின், மணிமேகலையின் வாழ்க்கை கதையாகத் தொடர்கிறது. **சமூக, மத, அரசியல்** நிகழ்வுகளை வெளிப்படுத்தும் நூல்கள், சிலப்பதிகாரம் சமூக நீதியை, அரசியல் அமைப்பை எடுத்துக்காட்ட, மணிமேகலை புத்த மதத்தின் பரவலையும், அதன் கோட்பாடுகளையும் விளக்குகிறது. தொகுப்பு மற்றும் இலக்கியப் பெருமை, இவை இரண்டும் தமிழ் இலக்கிய வரலாற்றில் முக்கியமான இடத்தைப் பெற்றுள்ளன.

சிலப்பதிகாரம் :

பொ.ஆ 2ஆம் நூற்றாண்டில் **இளங்கோவடிகள்** இயற்றிய சிறப்புமிக்க தமிழ் காப்பியமாக சிலப்பதிகாரம் இருக்கிறது. இது நீதி, வீரம், காதல் மற்றும் சமூக நீதியை மையமாகக் கொண்டு எழுதப்பட்ட ஒரு பிரம்மாண்டமான காவியமாகும்.

மணிமேகலை :

பொ.ஆ 3ஆம் நூற்றாண்டில் **சீத்தலைச்சாத்தனார்** இயற்றிய மணிமேகலை, பௌத்த மதம் சார்ந்த கதையம்சம் கொண்ட ஒரு முக்கியமான தமிழ் காப்பியமாகும். இது பௌத்த தத்துவங்களை விளக்குவதோடு, சமுதாயத்திற்கான முக்கியமான கருத்துக்களையும் அடங்கியுள்ள ஒரு இலக்கியக் களம் ஆகும்.

இந்த இலக்கியங்கள் அனைத்தும் சங்க காலத்தில் மற்றும் சங்கம் மருவிய காலத்தில் எழுதப்பட்டவை.

திருக்குறள்

திருக்குறள் உலகப் புகழ் பெற்ற ஒரு தமிழ் இலக்கியக் கோர்வையாகும். அதன் கலை நயம், அறிவுத் திறன், வாழ்க்கை நெறி, ஒழுக்க நெறி ஆகியவை மட்டுமல்லாமல், பல நூற்றாண்டுகள் கடந்தும் இந்நூல் இன்றைய சமுகத்திலும் பொருந்தி வாழ்வியல் வழிகாட்டியாக உள்ளது என்பதுதான் அதற்கான சிறப்பு. திருக்குறள் 2,000 ஆண்டுகள் பழமையான ஒரு நூல் என்று சொல்லப்படுகிறது. இதைத் தமிழின் வள்ளுவப் பெருந்தகை திருவள்ளுவர் எழுதியதாக அறியப்படுகின்றது.

திருக்குறளின் தனித்துவம் அதன் எளிமையான பாடல்களில் மாபெரும் கருத்துக்களைச் சுருக்கமாகச் சொல்லும் திறனாகும். இந்நூல் மொத்தம் 1330 குறள்கள் கொண்டது. ஒவ்வொரு குறளும் இரண்டு அடிகளாகச் சொல்லப்பட்டுள்ள அதேசமயம் மூன்றாவது அடியாக அதன் அர்த்தம், கருத்து மனதில் உணர்த்திக் கொண்டிருக்கும். அதனால்தான் திருக்குறளை "உடைக்கணக் காட்சி" என்று அழைப்பர்.

திருக்குறளின் அமைப்பு :

திருக்குறள் மூன்று பாகங்களாகப் பிரிக்கப்பட்டுள்ளது :

1. **அறத்துப்பால்** : அறம் என்பது மானுடக் குணங்களின் அடிப்படையான ஒன்றாகும். நல்ல வாழ்வு நடத்துவதற்கான நீதிகள், வாழ்க்கையில் உயர்வடைய வேண்டிய ஒழுக்கநெறிகள் இப்பகுதியில் உள்ளன.

2. **பொருட்பால்** : பொருள் என்பது வாழ்க்கையில் செல்வத்தை அடையும் முறை பற்றிய நெறிகளைப் பற்றி எடுத்துரைக்கிறது. அரசியல், பொருளாதாரம்,

வர்த்தகம், இராணுவம், குடியியல் எனப் பல விஷயங்கள் இதில் அடங்குகின்றன.

3. **இன்பத்துப்பால்** : இன்பம் என்பது வாழ்க்கையில் கிடைக்கும் பூரண சந்தோஷம், அதுவும் குடும்ப மற்றும் காதல் வாழ்க்கை சார்ந்தது. இன்பத்துப் பால் காதல், குடும்ப உறவுகள் மற்றும் புனிதமான வாழ்க்கையின் மேன்மையைப் போற்றுகிறது.

திருக்குறளின் மூன்று பாகங்களும் மானுட வாழ்க்கையின் அனைத்து பகுதிகளையும் உள்வாங்கியுள்ளது. அது மனிதக் குலத்தின் பண்பாட்டை விரிவுபடுத்தி அறநெறிகளை, நேர்மையை, வாழ்வியலை உன்னதமாகக் காட்டுகிறது.

திருக்குறளின் எண்ணக்கருவுகள்

திருக்குறள் எளிய வாழ்க்கை, நேர்மை, அன்பு, கருணை, பொறுமை, பயம், பொறுப்பு ஆகியவை போன்ற ஆளுமைக் குணங்களை வளர்க்கிறது. அதில், "அன்பும் அறமும்" மிக முக்கியம்.

அன்பு :

திருவள்ளுவர் அன்பை முதன்மையாகக் கருதிக் கூறிய குறள்,

> **"அகர முதல எழுத்தெல்லாம் ஆதி**
> **பகவன் முதற்றே உலகு."**

இந்தக் குறளில் 'அகரம்' என்றுதான் எல்லாம் தொடங்குகின்றது என்பதைக் கூறுவதோடு, அன்பே அனைத்துச் செல்வங்களுக்கும் அடிப்படையா இருக்கிறது என்பதையும் உணர்த்துகிறது.

அறம் :

அறம் என்பது வாழ்க்கையின் ஒழுக்கம். இதன் அடிப்படையிலேயே மனித வாழ்வு திகழ வேண்டும். அறவாழ்வின் பெருமையைத் திருவள்ளுவர் விவரிக்கிறார் :

> "அறத்தினூடு ஆவது ஆவாதுளன் னுயிர்க்கு
> பிறப்பினூடு இல் எனின் நெஞ்சு."

இக்குறளில் அறம் இல்லாமல் வாழ்வது எவ்வளவு பயனற்றது என்பதைக் கூறுகின்றார்.

நேர்மை :

எவ்வளவு செல்வம் வந்தாலும், அதில் நேர்மையை நிலைநாட்ட வேண்டும். நேர்மை இல்லாத செல்வம், செல்வமே அல்ல.

> "இல்வாழ்வான் என்பான் இயல்புடைய மூவர்க்கும்
> நல்லாற்றின் நின்ற துணை."

பொறுமை :

பொறுமை என்பது மிக முக்கியமான நற்குணம். பல சவால்கள் வரும் போது அதனைப் பொறுமையுடன் எதிர்கொள்வதே அறநெறி.

வாழ்க்கை நெறிகள் :

திருக்குறள் ஒரு குடும்ப வாழ்க்கைக்கு அவசியமான நெறிகளையும் கொடுத்துள்ளது. மகிழ்ச்சியான குடும்பம், பொருளாதார வளம், உறவுகளின் நலன் போன்றவை கூட ஒன்றாக இருக்க வேண்டும். "இல்வாழ்க்கை" என்ற அத்தியாயத்தில் சிறந்த குடும்ப வாழ்க்கையைப் போற்றி, குடும்பத்தின் ஒழுக்கமும் செல்வமும் அவசியம் என்கிறார்.

சமூகநலனுக்கும் அரசியலுக்கும் திருக்குறள்

திருக்குறளில் அரசியல் பற்றிய எண்ணங்கள் மிகுந்தளவு இருக்கின்றன. ஒரு நல்ல அரசன் எப்படி இருக்க வேண்டும் என்பதையும், மக்கள் நலன் கருதிச் செயல்படவேண்டும் என்பதையும் திருவள்ளுவர் தெளிவாகச் சொல்கிறார்.

> "கொளலின் தெளிவார் கொளக்கூடியாரே
> ஒளிலின் தெளிவார்ப் பொறை."

அறம் மற்றும் பொருள் ஆகியவை அரசின் வழிநடத்தல் நெறிகளாகத் திருக்குறளில் கூறப்படுகின்றன. மன்னர் சிறந்தவர்கள் என்பதற்கு அறநெறி முதன்மையானதாகக் காணப்படுகிறது.

அதிலும், ஓர் அரசன் எப்படிச் செயல்படவேண்டும் என்பது குறித்து திருவள்ளுவர் கூறுகிறார் :

> *"கல்வி முடிந்தார்க்கும் கொளக்குரியர் ஆவர்*
> *நில்வரையா வாழ்வாரின் பின்."*

உலகப் புகழ்

திருக்குறள் உலகிலேயே ஒவ்வொரு மொழியிலும் மொழிபெயர்க்கப்பட்ட மிக முக்கிய இலக்கியங்களில் ஒன்றாகும். இது உலகில் பல மொழிகளுக்கு மொழிபெயர்க்கப்பட்டுள்ளது. திருக்குறளைத் திரு ஜார்ஜ் யார்டி என்ற ஆங்கிலேயர் முதல் மொழிபெயர்த்தார். இன்றும் பல அறிவியல் அறிஞர்களும் சமுதாயத் தலைவர்களும் திருக்குறளைப் பாராட்டுகின்றனர்.

மகாத்மா காந்தி இதனை "தமிழ் யூனிவர்சல் சட்டம்" என்று கூறியுள்ளார். ஜவஹர்லால் நேரு இப்பதவியை ஒப்புமைப்படுத்திக் கூறியுள்ளார். திருக்குறள், ஆன்மிகம், சமூக நல்லொழுக்கம், அரசியல் அறிவு ஆகியவற்றின் அடிப்படையைத் தருகிறது.

இன்றைய சமூகத்தில் திருக்குறள்

இன்றைய காலகட்டத்திலும் திருக்குறள் மிகச் சிறப்பானது. வாழ்க்கையின் எல்லாத் துறைகளுக்கும் சம்பந்தப்பட்ட வழிகாட்டுதல்களையும் கொடுத்துள்ளது. எதிர்காலத்திலும் அது பொருந்தும் வாழ்க்கை நெறிகளை வகுக்கிறது. தீயவற்றை அழிக்க உதவுகிறது, நல்லவற்றை வளர்க்கவும் உதவுகிறது. திருக்குறள் மனிதர்களுக்குச் சுயநலமில்லாமல் வாழத் தகுந்த ஒரு நூல்.

ஏன் அறிவியல் செய்திகள்?

அறிவியல் மனிதனால் கண்டறியப்பட்ட மிகச்சிறந்த ஒரு கருவி. "*அறிவைப் பயன்படுத்தி இவ்வுலகில் இயங்குவன பற்றியும், இயற்கை விதிகள் பற்றியும் புரிந்து கொள்வது அறிவியல்*" எனப்படும். அறிவியல் முறையான வழிமுறைகளை உணர்த்துவன. சான்றாக, ஒரு மரம் விதையிலிருந்து முதிர்ச்சி அடையும் வரை எவ்வாறு படிப்படியாக வளர்கிறது என்ற புரிதலை அறிவியல் கொடுக்கிறது, இந்த படிப்படியான புரிதல் உலகில் உள்ள அனைத்துச் செயல்களுக்கும் பொருந்தும். இவ்வாறு இந்த உலகில் உள்ளவற்றையும், வாழும் அனைத்து உயிர்களையும் அவற்றின் நிலைகளையும் படிப்படியாகப் புரிந்து கொள்வது நாம் வாழும் வாழ்க்கையைப் பல வகையில் எளிமையாக மாற்ற உதவுகிறது.

உலகில் எப்போது உயிரினங்கள் தங்களுடைய வாழ்க்கை சுழற்சியைப் புரிந்து கொண்டதோ அப்போதே அறிவியல் தூங்கிவிட்டது, சான்றாக எப்போது மனிதன் தீயினைக் கையாள துவங்கினானோ, எப்போது தன்னுடைய உணவு பெரும் முறையைச் சிறந்த வகையில் வேளாண்மை வழி அமைத்துக் கொண்டானோ அப்போதே, மனிதன் தெரிந்தோ தெரியாமலோ அறிவியல் பண்பைப் பெறத் துவங்கி விட்டான்.

அறிவியலைப் பயன்படுத்திப் பல புதிய தொழில்நுட்பங்களை வடிவமைத்து மனித இனத்தின் வாழ்வை மிகவும் எளிமையாக மாற்றப் பல முயற்சிகள் மேற்கொள்ளப்பட்டு வந்தாலும், பலநூறு அறிவியல் சாதனங்கள் நம்மிடையே புழக்கத்தில் இருக்கிறது என்றாலும், இயற்கை அமைப்பு, உலகம், இவ்வுலகில் வாழும் உயிரினங்கள், போன்ற பல செய்திகளை அறிவியல் வழி நாம்

உணரும் பொழுது வியப்பில் ஆழுகிறோம். இவ்வுலகில் மனித இனத்திற்கு முன்னால் இருந்தே வாழ்வன பற்றியும் இருப்பன பற்றியும் நாம் புரிந்து கொள்வது, நாம் இவ்வுலகில் நிலைத்து வாழ மிகவும் அவசியமானது.

மனித இனத்தின் அறிவியல் வளர்ச்சி இன்றியமையாதது, பல லட்சம் ஆண்டுகளுக்கு முன்பு இருந்தே மனிதன் பரிணாம வளர்ச்சி அடையத் துவங்கினான் அவ்வாறு இருக்க எப்போது பண்பாட்டு வளர்ச்சி அடையத் துவங்கினானோ அப்போது அறிவியல் வளர்ச்சி பன்மடங்கு அதிகம் உயர்ந்தது. குறிப்பாகக் கடந்த மூன்றாயிரம் ஆண்டுகள் மனிதன் மிகச்சிறந்த அறிவியல் வளர்ச்சியைப் பெற்றிருக்கிறான் அதிலும் பதினேழாம் நூற்றாண்டு முதல் இன்று வரையிலான மனிதனின் அறிவியல் வளர்ச்சியும் கண்டுபிடிப்புகளும் அறிவியல் கோட்பாடுகளும், மனித இனம் தன்னுடைய அறிவியல் வளர்ச்சியின் உச்சத்தில் இருப்பதை உணர்த்துகிறது.

இருபத்தொன்றாம் நூற்றாண்டில் வாழும் நாம், அனைத்துக் கருத்துக்களையும் அறிவியல் கோணத்திலிருந்து அணுகுகிறோம், அறிவியல் பூர்வமாக நிரூபித்தால் மட்டுமே அக்கருத்தை ஏற்றுக் கொள்கிறோம். இதற்குக் காரணம், அறிவியல் மனிதரால் ஏற்படுத்தக்கூடிய அத்தனை கேள்விகளுக்கும், சிறந்த விளக்கத்தைக் கொடுக்கிறது. அந்த விளக்கம் அனைத்து மக்களும் ஏற்றுக் கொள்ளும் வகையில் உள்ளது.

உலகில் மிகப் பழமையான நாகரிகங்களில் ஒன்று எகிப்திய நாகரிகம், எகிப்திய நாகரீகம் பல ஆயிரம் ஆண்டுகளுக்கு முன்பாகவே அறிவியல் புரிதல் கொண்டு இருந்தது என்று இன்றைய அறிவியலாளர்கள் அறிவியல்பூர்வமாக கூறுவதை நாம் அறியலாம் அவ்வாறு இருக்கத் தென்னிந்தியாவைச் சேர்ந்த நம் தமிழ் நாகரிகம் பல ஆயிரம் ஆண்டுகள் வரலாற்றைக் கொண்டது இந்நிலையில் நம் முன்னோர்கள் எவ்வாறான அறிவியல் புரிதல் கொண்டிருந்தனர் என்று அறிவது நமது தேவை

மட்டுமில்லாமல் பெருமையையும் வியப்பையும் கொடுக்கக்கூடியது.

நம் முன்னோர்களின் நாகரீகத்தை நாம் சிறந்த வகையில் புரிந்து கொள்ளத் தமிழ் இலக்கியங்கள் நமக்கு உதவியாக இருக்கிறது . தொல்காப்பியம் தொடங்கி பதினெண் மேற்குக்கு, பதினெண் கீழ்க்கணக்கு, காப்பிய இலக்கியங்கள், பக்தி இலக்கியங்கள் போன்ற தமிழ் இலக்கிய நூல்கள் நம் முன்னோர்களின் வாழ்க்கையைப் புரிந்து கொள்ள உதவுகிறது. இது மட்டுமில்லாமல், இலக்கண நூல்களில் மொழிக்கான இலக்கணத்தை மட்டும் கூறாமல் பொருள் இலக்கணம் என்னும் தனிப்பிரிவில் நம் முன்னோர்களின் அக வாழ்வு மற்றும் புற வாழ்வை நாம் முழுமையாகத் தெரிந்து கொள்ள உதவுகிறது. இந்த நூல்கள் அனைத்திலும் ஆங்காங்கே அறிவியல் சார்ந்த செய்திகளை வெளிப்படையாகவும், உவமையாகவும் கூறுகின்றன.

வரிசைப்படுத்தல் (*Taxonomy study*) என்பது உயிரியல், இரசாயனம் மற்றும் எந்தவொரு துறையிலும் படிக்கக்கூடிய வகைகளில் ஆராயப்படும் அறிவியல் களில் பயன்படும் வகைப்படுத்தல் முறையாகும். இது ஒரு முக்கியமான பகுதியாகும், ஏனெனில் இது எந்தவொரு துறையின் புரிதலுக்கும் அடிப்படை அளிக்கிறது.

வரிசைப்படுத்தல் என்பது உயிரினங்களை வகைப்படுத்துவதற்கும், பெயரிடுவதற்கும் மற்றும் அடையாளம் காணுவதற்குமான அறிவியலான செயல்முறை ஆகும். இது **உயிரியல்** துறையின் அடிப்படை கூறுகளிலொன்றாக இருக்கின்றது, காரணமாக இது உயிரினங்களை முக்கோண அமைப்புகளாக ஒழுங்கமைக்கவும் வகைப்படுத்தவும் உதவுகிறது. உயிரினங்கள், பரிமாணங்களிலும், உயிரியல் வகைகளிலும், மற்றும் சிறந்த நிலைகளிலும் வகைப்படுத்தப்படுகின்றன.

வரிசைப்படுத்தல் செயல்முறை நேரடியாகக் **குடும்ப நம்பிக்கை** என்ற தலைப்போடு தொடர்புடையது, மேலும் அது வேறுபட்ட உயிரினங்களின் உறவுகளை ஆராய்கிறது. இது வாழ்க்கையின் பரபரப்பைக் காண மற்றும் அதன்

முன்னேற்றப் பிணைப்புகளையும் புரிந்து கொள்ள எளிதாக்குகிறது. பாரம்பரியமாக உயிரியலுடன் தொடர்புடையதாக இருந்தாலும், வரிசைப்படுத்தல் முறைமைகள் **இரசாயனம்** (உலக அமைப்புகளை அல்லது கொண்டிகளை வகைப்படுத்துதல்) மற்றும் **தகவல் அறிவியல்** போன்ற துறைகளிலும் பொருந்தும்.

உயிரியலில், வரிசைப்படுத்தல் உயிரினங்களுக்கு இடையிலான உறவுகளை, அவற்றின் முன்னேற்ற வரலாற்றையும், அவை வாழும் சூழ்நிலைகளையும் புரிந்து கொள்ள முக்கியமானது. இது **பழங்கால உயிரினப் பெருக்கம்**, மருத்துவம் (உயிரியல் நச்சுகள் அடையாளம் காண்பதில்) மற்றும் வேளாண்மை (சொத்து மற்றும் மாடுப் பண்ணைகளைச் சிறப்பாகப் பராமரிக்க) போன்ற துறைகளிலும் உதவுகிறது.

எனவே, **வரிசைப்படுத்தல்** என்பது பல்வேறு அறிவியல் துறைகளில் ஒரு முக்கியமான செயல்முறை ஆகும், இது அறிவை ஒழுங்கு செய்யும் மற்றும் விரிவாக்க ஆராய்ச்சிக்கான தளத்தை வழங்குகிறது.

இன்று உலகிலுள்ள மக்கள் அனைவரும் ஒழுக்கத்தைப் பற்றி அதிகம் தெரிந்துகொள்ள, உதவியாக இருக்கும் நூல் திருக்குறள்; இன்று நவீன அறிவியலால் புரிந்து கொள்ளப்படும் பல செய்திகளை இருபது நூற்றாண்டுகளுக்கு முன்னரே எளிமையாக, ஊவமையாக கூறியுள்ளதினை, அழகிய தமிழ் மொழியின் இலக்கண இலக்கியச் சிறப்பாகவும் காணலாம். அவ்வாறு இந்நூலில் பல அறிவியல் செய்திகளை உவமையாகவும், வெளிப்படையாகவும் கொண்டுள்ளது; அவ்வாறு அமைந்த அறிவியல் செய்திகளை ,

1. இயற்கை அறிவியல்கள் (*Natural Sciences*)

2. பொருளாதார அறிவியல்கள் (*Formal Sciences*)

3. சமூக அறிவியல்கள் (*Social Sciences*)

4. பயன்பாட்டு அறிவியல்கள் (*Applied Sciences*)

5.   பலதுறை அறிவியல்கள் *(Interdisciplinary Sciences)*

என்ற அறிவியல் பிரிவுகளின் கீழ்,

1.   இயற்பியல்

2.   வேதியியல்

3.   விண்ணியல்

4.   புவியியல்

5.   உயிரியல்

6.   தாவரவியல்

7.   விலங்கியல்

8.   மருத்துவம்

9.   வேளாண் அறிவியல்,

போன்ற பாடங்களை வரிசைப்படுத்தலாம்.

"இயற்கையழகின் மீது கொண்ட அளவற்ற ரசனை பார்வை அதனைப் புரிந்து கொள்ள உதவியிருக்கிறது". என்று கருதலாம்

இயற்பியல்

இயற்பியல் (*Physics*) உலகில் இயங்கும் அனைத்து பற்றிய விதியினைப் புரிந்து கொள்ள அதிகம் உதவுகிறது. திருக்குறளில் இயற்பியல் தொடர்பான கோல் போன்றவற்றின் செய்திகள் கூறப்பட்டுள்ளது அவற்றைத் தலைப்பின் கீழ்க் காணலாம்.

குறள் எண் : *118*

பால் : அறத்துப்பால்

அதிகாரம் : நடுவு நிலைமை

"சமன்செய்து   சீர்தூக்குங்   கோல்போல்
அமைந்தொருபாற்

கோடாமை சான்றோர்க் கணி."

பொருள் : முன்னே தான் சமமாக இருந்து, பின்பு பொருளைச் சீர்தூக்கும் துலாக்கோல் போல் அமைந்து, ஒரு பக்கமாகச் சாயாமல் நடுவுநிலைமை போற்றுவது சான்றோர்க்கு அழகாகும்.

இக்குறட்பாவில் முறுக்கு விசையைப் பயன்படுத்தி இயங்கக்கூடிய துலாக்கோல் என்னும் கருவினை வள்ளுவர் காலத்தில் பயன்படுத்தியுள்ளனர் என்ற செய்தியை நம்மால் அறியமுடிகிறது. துலாக்கோல் நான்கு ஆயிரம் ஆண்டுகளுக்கு முன்னால் சிந்து சமவெளி, மெசபடோமியா போன்ற பழமையான நகரங்களில் கண்டுபிடிக்கப்பட்டு இருக்கக்கூடும் என்றும் அதில் பயன்படுத்தக்கூடிய எடைக் கற்கள் பொ.ஆ.முன் 2000 ஆண்டுகளுக்கு முன்னர் சிந்து சமவெளியில் கண்டுபிடிக்கப்பட்டது என்றும் பொ.ஆ.முன் 1878 ஆம் ஆண்டு எகிப்திய நாகரீகத்தில் பயன் பயன்படுத்தப்பட்டுள்ளது என்பதையும் நாம் அறியலாம்.

பின்னர் பொ.ஆ.முன் ஐந்தாம் நான்காம் நூற்றாண்டுகளில் சீனம் கிரேக்கம் மற்றும் உலகம் முழுவதும் பரவலாகப் பயன்படுத்தி இருக்கக் கூடும் என்றும் மேலைநாட்டு வல்லுநர்கள் குறிப்பிடுகின்றனர். மிகப் பழமையான கண்டுபிடிக்கப்பட்ட துலாக்கோல் கிபி ஒன்றிலிருந்து நான்காம் நூற்றாண்டில் சார்ந்திருக்க வேண்டும் என்றும் அது இன்றைய பிரிட்டனில் உள்ளது என்ற செய்திகளையும் நம்மால் அறிய முடியாது. அவ்வாறு இருக்கத் துலாக்கோல் பயன்படுத்தும் அதற்குத் தேவையான அறிவியல் அறிவினை வள்ளுவர் காலத்தைச் சேர்ந்த நம்

முன்னோர்கள் பெற்றிருந்தனர் என்பதனை இக்குறல் வழியாக நாம் தெரிந்து கொள்ளலாம்.

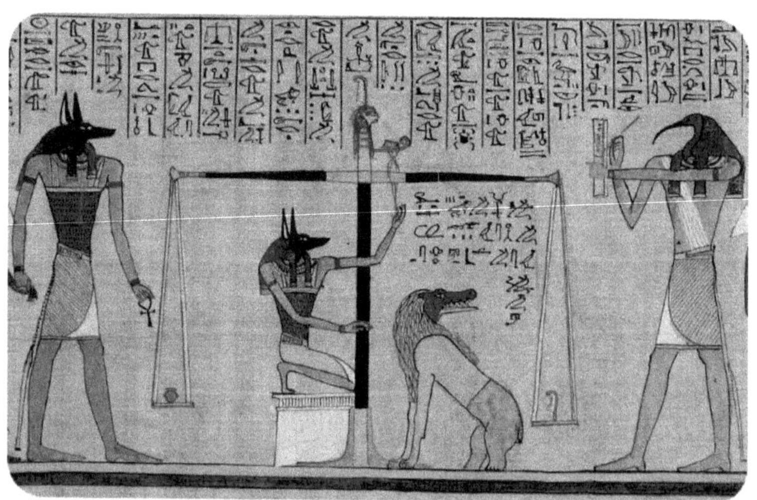

2 எகிப்திய துலாக்கோளின் வரைபடம்

1 ஹரப்பா நாகரிகத்தில் பயன்படுத்தப்பட்ட எடைக் கற்கள்

பிற இயற்பியல் சார்ந்த செய்திகள் :

1. நீத்தார் பெருமை என்னும் அதிகாரத்தின் கீழ் ஒரு குறட்பாவில் (குறள் எண்: 29) நேரத்தின் அளவை குறிக்கும் வகையில் கணம் என்ற சொல் பயன்படுத்தப்பட்டுள்ளது

2. குறள் எண்: 475, 667, 1032 ஆகியவற்றுள் தேரின் சக்கரத்தில் உள்ள அச்சாணியின் முக்கியத்துவத்தை உவமையாகக் கூறப்பட்டுள்ளது.

3. குறள் எண்: 615, 983 ஆகியவற்றுள் கட்டடத்தைத் தாங்கும் தூண்கள் உவமையாகக் கூறப்பட்டுள்ளது.

4. குறள் எண்: 710, 796 ஆகியவற்றுள் மரத்தினால் ஆன நீளத்தை அளக்கக்கூடிய கோல் தொடர்பான உவமை கூறப்பட்டுள்ளது.

வேதியியல்

வேதியியல் (*Chenistry*) உலகில் உள்ள பொருளின் கலவை, அமைப்பு மற்றும் பண்புகள் மற்றும் அது எவ்வாறு மாறுகிறது என்பதைப் பற்றிய ஆய்வு. திருக்குறளில் உலோகங்களைப் பயன்படுத்திச் செய்யும் ஆயுதங்கள் அதன் வெவ்வேறு பயன்பாடுகள் போன்ற வேதியியல் தொடர்பான செய்திகள் கூறப்பட்டுள்ளது.

குறள் எண் : *267*

பால் : *அறத்துப்பால்*

அதிகாரம் : *தவம்*

"சுடச்சுடரும் பொன்போல் ஒளிவிடுந் துன்பஞ்

சுடச்சுட நோற்கிற் பவர்க்கு."

பொருள் : புடமிட்டுச் சுடச்சுட ஒளிவிடுகின்ற பொன்னைப் போல் தவம் செய்கின்றவரை துன்பம் வருத்த வருத்த மெய்யுணர்வு மிகும்

பொன் அதாவது தங்கத்தினைச் சூடாக்கும் பொழுது, அதன் அணுக்கள் அதிக ஆற்றலைப் பெற்றுக் கொண்டு வேகமாக அசைந்து, **மின்னணுக்கள் உறிஞ்சி வெளியேற்றும் ஒளியாகப்** பிரகாசிக்கிறது. இதை *கருமூழியல் கதிர்வீச்சு (Blackbody Radiation)* விளக்குகிறது. ~500°C இல் சிவப்பு, ~1000°C இல் மஞ்சள்-செம்மஞ்சள் நிறமாகும், மற்றும் ~1064°C (உருகுநிலை) இல் மிகவும் பிரகாசமாகும். இந்தச் செயல்முறையை இக்குறளில் சுடச்சுட ஒளிர்விடுகின்ற பொன் என உவமையாக அமைந்துள்ளது. மேலும் வள்ளுவர் காலகட்டத்தில் தங்கம் பெரும்பான்மையாக அனைத்து நாகரிகங்களிலும் மிக அதிக அளவில் வணிக ரீதியாகப் பயன்படுத்தப்பட்டுள்ளது.

இரும்பை உருக்க தங்கத்தை விட 50 சதவீதம் அதிக அளவிலான வெப்பநிலை தேவைப்படும். அதாவது ~1500°C வெப்பநிலை இருந்தால் மட்டுமே இரும்புப் பொருட்களைச் செய்ய முடியும். வள்ளுவரின் காலகட்டத்தில் இரும்பால் செய்யப்பட்ட பொருட்கள் அதிக அளவில் இருந்திருக்கக் கூடும் ஏனெனில் பல குறள்கள் இரும்பால் செய்யப்பட்ட பொருட்கள் பலவற்றைக் குறிப்பிடுகின்றது.

திருக்குறளில் கூறப்படும் வெவ்வேறு உலோகப் பொருட்களின் குறிப்புகள் :

1. ஈட்டிகள் *(Spears)* – *(500, 546, 774)* : இரும்பு/கார்பன் எஃகு கொண்டது; அதிக **உறுதித் தன்மை** மற்றும்

அழுத்தச் சகிப்புத்தன்மை கொண்டது. போராளியின் தயார்நிலை, கூர்மை, மற்றும் ஆயுத பராமரிப்பு குறித்துக் குறிப்பிடுகிறது.

2. **அம்புகள்** *(Arrows)* – *(279, 597)* : காற்றழுத்தம்அடிப்படையில் **வேகம்**, மற்றும் **திசையியக்கம்** குறிப்பிடப்படுகிறது.

3. **வாள்** *(Swords)* – *(727, 882)* : **உயர் கார்பன் எஃகு, வெப்பக் கையாளுதல், மற்றும் கூர்மைத்தன்மை** பற்றிய அறிவியல் நோக்கம்.

4. **கோல்** *(Rod)* – *(24)* : **திண்மை, நீடித்த தன்மை,** மற்றும் *structural integrity* பற்றிப் பேசுகிறது.

5. **பொறுக்கி** *(File)* – *(567, 997)* : **அரிப்பு செயல்பாடு, மேற்பரப்பு உறுதி,** மற்றும் **நிலைத்த முயற்சி** பற்றிய உவமை.

வேதியியல் தொடர்பான பிற அறிவியல் செய்திகள் :

1. **காப்பர் தொட்டிகளில் உணவு சிதைக்கிறது** *(887, 1000)* காப்பர் *(Copper)* என்பது ஓர் உலோகமாக இருக்கிறது. பால் போன்ற உணவுகளை காப்பர் தொட்டிகளில் வைத்தால், அந்த உணவு சிதைந்து விடும். இது காப்பரின் அமிலத்துடன் சேர்ந்து புதிய ரசாயனங்களை உருவாக்குவதால் நிகழ்கின்றது.

2. **உப்பின் சேர்க்கை** *(802, 1050, 1302)* உணவுகளுக்கு **உப்பு** சேர்க்கையில், சுவை அதிகரிக்கிறது. உப்பு உணவின் **பாதுகாப்பையும்** சுவையையும் மேம்படுத்த உதவுகிறது. இது பொதுவாக உணவுக்கு நல்ல நுகர்வு தருகிறது.

3. **ஈஸ்ட்** *(Yeast)* **சேர்ப்பு மூலம் உணவுச் சுழற்சி** *(1050)* ஈஸ்ட் *(Yeast)* ஒரு சிறிய கிருமி ஆகும், இது உணவுகளின் **பசப்புத் தன்மை** *(Fermentation)* ஏற்படுத்த உதவுகிறது. இதன் மூலம் புதிய காரிகைகள், சிறப்பு அல்லது **அல்கொஹால்** போன்ற பொருட்கள் உருவாகின்றன.

4. **நச்சுக்கள் பற்றிய அறிவு** *(580)*
பழங்காலத் தமிழ் அறிஞர்களுக்கு **நச்சுக்கள்** என்றவற்றின் தன்மையும் அவற்றின் விளைவுகளும் தெரிந்திருந்தன. நச்சுக்கள் உடல் மீது தீங்கு விளைவிக்கும் வகையில் செயல்படுகின்றன.

5. **மதுபானம் மற்றும் அதன் தீங்கு** *(926)*
மதுபானம் போன்ற பானங்கள், **நச்சு** உள்ள பொருட்களாகக் கருதப்பட்டன. இது அதிகமாகப் பயன்படுத்தப்படும் பட்சத்தில் உடலில் தீங்கு ஏற்படுத்தும் ஆபத்துகளை உருவாக்கும்.

6. **சுண்ணாம்பு** *(Lime)* **வண்ணமயமாகப் பயன்படுத்துதல்** *(714)* **சுண்ணாம்பு** *(Lime)* என்பது பொருட்களை வெள்ளையாக மாற்ற உதவும் ஒரு பொருளாகப் பயன்படுத்தப்பட்டது. இது பொருட்களை அழகு செய்யவும், அந்தப் பொருளின் தன்மையை மாறவும் உதவும்.

7. **எரிபொருளின் இயற்கை** *(129, 308, 435, 674, 691, 896, 1104, 1148, 1159)* பழங்காலத் தமிழர்களுக்கு **எரிபொருளின் இயற்கை** பற்றிய தெளிவான அறிவு இருந்தது. எரிப்பின் செயல்முறை மற்றும் **நெருப்பு** பரவுதல் பற்றிய விளக்கம் அவர்களுக்குப் புரிந்திருந்தது. எரிப்பின் வெப்பம், அழுத்தம் மற்றும் எதிர்வினைகளின் முழுமையான விளக்கம் அவர்களின் அறிவியலைக் காட்டுகிறது.

விண்ணியல்

விண்ணியல் (Astronomy) என்பது விண்மீன்கள், கிரகங்கள், சூரியன், நிலவு, நீர்புகள் மற்றும் பிரபஞ்ச நிகழ்வுகளை உள்ளடக்கிய விண்ணியல் ஆய்வு, விண்மீன் பொருள்கள், விண்வெளி மற்றும் முழுப் பிரபஞ்சத்தைப் பற்றிய அறியலைக் குறிக்கிறது. திருக்குறளில் சூரியன் சந்திரன் இன்றைய செய்திகள் கூறப்பட்டுள்ளது அவற்றைக் காண்போம்

குறள் எண் : *1031*

பால் : பொருட்பால்

அதிகாரம் : உழவு

> *"சுழன்றும்ஏர்ப் பின்ன துலகம் அதனால்*
>
> *உழந்தும் உழவே தலை."*

பொருள் : உலகம் பல தொழில் செய்து சுழன்றாலும் ஏர்த் தொழிலின் பின் நிற்கின்றது, அதனால் எவ்வளவு துன்புற்றாலும் உழவுத் தொழிலே சிறந்தது.

உலகம் பல தொழில் செய்து சுழல்கிறது என்று வள்ளுவர் கூறுகிறார், இதில் உலகம் "சுழல்கிறது" என்பதை வள்ளுவர் கூறுவதாக நாம் புரிந்து கொள்ளலாம். பதினாறாம் நூற்றாண்டிற்கு முந்தைய காலகட்டங்களில் வாழ்ந்த அனைவரும், சூரியனும் பிற கிரகங்களும் பூமியைச் சுற்றி வருகிறது என்று நம்பினார். பின்னர் ஜன்ஸ்டைன், நியூட்டன், கீப்ளர் போன்றவர்களின் அறிவியல் கோட்பாடுகள் உலகம் உருண்டை என்றும் உலகத்தைச் சுற்றி எந்தக் கோள்களும் நகரவில்லை என்றும் உலகம் தான் சூரியனை மையமாகக் கொண்டு சுழல்கின்றது என்றும் எடுத்துரைத்தனர்.

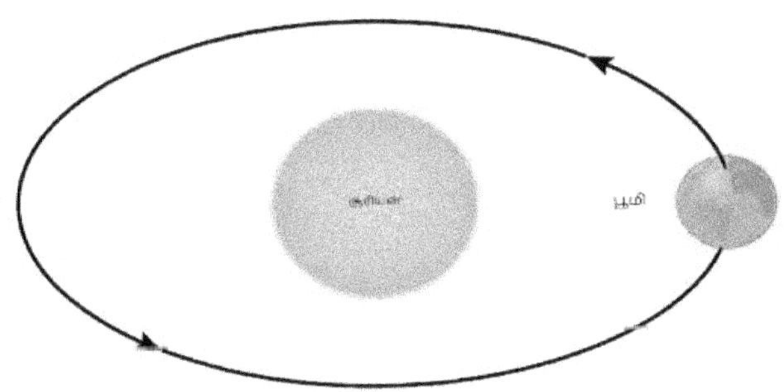

3 சூரியனை சுற்றிவரும் பூமி

இவ்வாறு இருக்க வள்ளுவர் காலகட்டத்தில் வாழ்ந்த கிரேக்க மேதை அரிஸ்டாட்டிலும், சூரியன் மற்றும் பிற கிரகங்களும் பூமியைச் சுற்றி வருகிறது என்று நம்பினார். இதற்குக் காரணமாக அவர் கூறுவது, உலகின் மேல் பகுதியில் எந்தவிதமான காற்றும் அசையவில்லை, பூமி சுழன்று கொண்டிருந்தால் உலகின் மேற்பரப்பில் காற்று அதிக அளவில் இருக்க வேண்டும் என்றும், ஒரு பொருளை வான் நோக்கி வீசினால் அது வீசிய இடத்திலிருந்து சிறிது தூரம் பின்னால் சென்று விழ வேண்டும், அவ்வாறு விழவில்லை என்றால் பூமி நிலையாக உள்ளது என்று பொருள். இவ்வாறு அரிஸ்டாட்டில் தனது கருத்தினைக் கூறியிருந்தார்.

ஆயிரம் ஆண்டுகளுக்கும் மேல் அரிஸ்டாட்டில் கூறிய கருத்து கிறிஸ்தவ மதத்தின் கருத்தாகப் பார்க்கப்பட்டது. யார் அந்தக் கருத்திற்கு எதிர்க் கருத்து கூறினாலும் அவர்களுடைய கருத்தை ஏற்கக் கிறிஸ்தவ மதம் சார்ந்த எவரும் அனுமதிக்கவில்லை. இந்நிலையில் பூமி சூரியனைச் சுற்றி வருகிறது என்ற கருத்தை மீண்டும், 1515 ஆம் ஆண்டில், நிக்கோலஸ் கோப்பர்நிக்கஸ் என்ற போலந்து பாதிரியார் பூமியும் மற்ற கிரகங்கள் போலச் சூரியனைச் சுற்றி வருகிறது என்றும் சூரியன் பூமியைச் சுற்றிவரவில்லை என்றும் கூறினார்.

பின் 1510 ஆம் ஆண்டு கலிலியோ தன்னுடைய தொலைநோக்கியை இரவில் வானத்தில் சுட்டிக்காட்டிய போது, அங்கு அவர் வியாழனை ஒரு நிலவு சுற்றி வந்ததைக் கண்டறிந்தார். அரிஸ்டாட்டில் கூறியது உண்மையாக இருந்திருந்தால் அந்த நிலவானது வியாழனைச் சுற்றி வந்திருக்க முடியாது என்றும் பூமியை மட்டும் தான் சுற்றி வந்திருக்க முடியும் என்றும் கூறினார். இதனை உறுதிப்படுத்துவதற்கு வெள்ளி கிரகம் எனப்படும் வீனஸ் கிரகத்தைப் பார்வையிட்டார் வெள்ளி கிரகம் சூரியனைச் சுற்றி வருவதைக் கண்ட அவர் அரிஸ்டாட்டிலுடைய கருத்தை முற்றிலுமாக புறக்கணித்து மீண்டும் பூமி தான் சூரியனைச் சுற்றி வருகிறது என்ற கருத்தைக் கூறினார். இதற்காக அவர் வாழ்க்கை முழுவதும் ஆயுள் கைதியாக மாற்றப்பட்டார்.

அதே நேரத்தில், ஜெர்மன் கணிதவியலாளர் ஜோஹன்னஸ் கெப்லர் சூரியனைச் சுற்றியுள்ள கிரகங்களின் சுற்றுப்பாதைகளை விவரிக்கும் தொடர் சட்டங்களை வெளியிட்டார். கோப்பர்நிக்கன் கோட்பாட்டின் வழி கிரகங்கள் எந்த நிலையில் உள்ளது என்பதனையும் மிகத் துல்லியமாகக் கூற முடிந்தது.

1687 ஆம் ஆண்டில், ஐசக் நியூட்டன், கெப்லரின் சட்டங்களை உருவாக்கி, கிரகங்கள் சூரியனைச் சுற்றிவரக் காரணமாக அமைவது **ஈர்ப்பு விசை** என்று கூறினார். இவ்வாறு நீண்ட வரலாற்றைக் கொண்ட இக்கருத்தை வள்ளுவர் இருபது நூற்றாண்டுகளுக்கு முன் உவமையாகக் கூறியுள்ளார்.

குறள் எண் : *1146*

பால் : காமத்துப்பால்

அதிகாரம் : அலரறிவுறுத்தல்

"கண்டது மன்னும் ஒருநாள் அலர்மன்னும்

திங்களைப் பாம்புகொண் டற்று."

பொருள் : காதலரைக் கண்டது ஒருநாள் தான், அதனால் உண்டாகிய அலரோ, திங்களைப் பாம்பு கொண்ட செய்தி போல் எங்கும் பரந்து விட்டது..

திங்களைப் பாம்பு கொண்டது என்பது சந்திர கிரகணத்தைக் குறிக்கிறது, கிரகணம் பொதுவாக இரண்டு வகைப்படும் ஒன்று சூரிய கிரகணம் மற்றொன்று சந்திர கிரகணம்.

சூரியனுக்கும் பூமிக்கும் நடுவில் சந்திரன் இருந்தால் அது **சூரிய கிரகணம்** என்றும் அப்போது பூமியிலிருந்து சூரியனைப் பார்க்க முடியாமல் நிலவு மறைத்துக் கொள்ளும்.

சந்திர கிரகணம் என்பது சூரியனுக்கும் நிலவிற்கும் நடுவில் பூமி இருப்பது, இங்குப் பூமியிலிருந்து நிலவைப் பார்க்கும் போது நிலவு முழுமையாகப் பூமியின் நிழலில் மறைந்திருக்கும் அப்போது முழுமையான கருப்பு மற்றும் சில சமயங்களில் அடர்ந்த சிவப்பு நிறத்தில் காணப்படும். சந்திர கிரகணம் எப்போதும் முழு நிலவு நாள் எனப்படும் பௌர்ணமியில் தான் நிகழும். சந்திர கிரகணம் சில சமயங்களில் முழுச் சந்திர கிரகணமாக அதாவது முழுமையாக மறைந்தும் சில சமயங்களில் பகுதி சந்திர கிரகணம் அதாவது பாதி மறைந்த சந்திர கிரகணமாகவும் காணப்படுகிறது.

பூமி, சூரியன் மற்றும் நிலவு ஆகிய மூன்றும் ஒரே நேர் கோட்டில் வரும்பொழுது உருவாகக்கூடிய நிழல் பூமி மீது அல்லது நிலவின் மீது விழும், இதற்குக் **கிரகணம்** என்று பெயர். சூரியனைச் சுற்றி வரும் பூமியின் வட்டப்பாதையும், பூமியைச் சுற்றி வரும் நிலவின் வட்டப்பாதையும், சரியாக 5°

கோணம் சாய்வு பெற்றுள்ளது இதுதான் சூரியன், பூமி மற்றும் நிலவு நேர்கோட்டில் அமையக் காரணமாக உள்ளது என்று விஞ்ஞானிகள் கூறுகின்றனர். ஓர் ஆண்டிற்கு ஏறத்தாழ நான்கிலிருந்து ஏழு முறை கிரகணம் நடைபெறுவதனை காணலாம்.

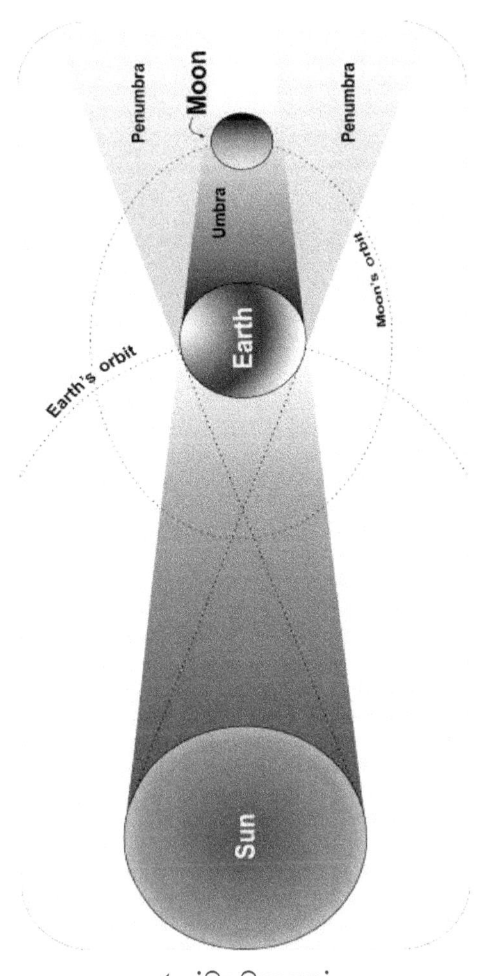

4 சந்திர கிரகணம்

நிலவின் முக்கிய கட்டங்கள் :

நிலவின் கட்டங்களைப் பற்றி திருவள்ளுவர் இரண்டு குறள்களில் கூறியுள்ளார், அதனைக் காண்பதற்கு முன்னால் நிலவின் கட்டங்களை பற்றித் தெரிந்து கொள்வோம்.

நிலவானது எட்டு முக்கிய கட்டங்களைக் கொண்டுள்ளது என்பதனை இன்று அறிவியலாளர்கள் வகுத்துள்ளனர். நிலவின் எட்டுக் கட்டங்களைப் பற்றித் தெரிந்து கொள்வதற்கு முன்னால், நிலவினை எப்படி நாம் இக்கட்டங்களாகப் பார்க்க முடிகிறது என்பதனை தெரிந்து கொள்ளலாம்.

முதலாவதாக நிலவு எந்த வகையான ஒளியையும் தன்னிடம் இருந்து பூமிக்குக் கொடுப்பதில்லை. சூரியனின் ஒளியானது பூமியின் மீது விழும் பொழுது ஒளி வீசும் இடத்தினைப் பகல் என்றும் மறு புறத்தினை இரவு என்றும் கூறுகிறோம், அதுபோல நிலவின்மீதும் சூரிய ஒளி படும் இடம் வெளிச்சமாகவும் மற்றொருபுறம் இருளாகவும் காண முடியும். சூரியனின் ஒளி நிலவில் படும்பொழுது அது பிரதிபலித்து பூமி மீது விழும், பூமியில் உள்ளவர்கள் அதனைப் பார்க்கும் பொழுது நிலவின் வடிவம் ஒளிரூட்டப்பட்டுக் காணப்படுகிறது.

சூரியன் ஒரே கோணத்திலிருந்து ஒளியைக் கொடுக்கிறது. பூமி சூரியனைச் சுற்றி வருகிறது. பூமியை நிலவு சுற்றி வருகிறது. பூமி போலவே நிலவும் தன்னைத்தானே சுற்றிக் கொள்ளும்.

இங்குக் கவனமாகப் புரிந்து கொள்ள வேண்டியது, நிலவு தன்னைத்தானே சுற்றிக்கொள்ள எடுத்துக் கொள்ளும் காலமும், பூமியைச் சுற்றிவர எடுத்துக் கொள்ளும் காலமும் ஒன்றாக இருப்பதனால், பூமியிலிருந்து நிலவினைப் பார்க்கும் பொழுது நிலவின் ஒரு திசை மட்டுமே நமக்குத் தென்படும். நிலவின் தென் துருவத்தைக் காண முடியாது.

சூரிய ஒளி எப்போதும் நிலவின் மீது விழுகிறது, பூமி சூரியனைச் சுற்றுவதாலும் தன்னைத்தானே சுற்றிக் கொள்வதாலும் நிலவு பூமியைச் சுற்றுவதாலும், சூரியன் இடத்திலிருந்து வரும் ஒளியை நிலவு பிரதிபலிக்கும் நிலைகள் வெவ்வேறாக உள்ளது. பூமியின் நிலை மற்றும் நாம் பூமியில் எங்கு இருக்கிறோம் என்பதனைக் கொண்டு நம்மால் நிலவின் வெவ்வேறு கட்டங்களைப் பார்க்க முடியும். இக்கட்டங்கள் 29.5 நாட்கள் தொடர்ச்சியாக மாற்றம் பெறும், இருப்பினும் அதில் முதன்மையாக எட்டு நிலைகளை அறிவியலாளர்கள் கூறுகின்றனர். வளர்பிறை மற்றும் தேய்பிறையாகவும் நாம் புரிந்து கொள்ளலாம்.

நிலவின் எட்டு முக்கிய கட்டங்கள் :

அமாவாசை (New moon) :

அமாவாசை அன்று நிலவை நம்மால் காண முடியாது, நிலவிலிருந்து பிரதிபலிக்கும் சூரிய ஒளி பூமி மீது விழாது, அதனால் அமாவாசை அன்று நிலவினைப் பூமியிலிருந்து காண்பது கடினம்.

கால் வளர்பிறை (Waxing Crescent) :

நிலவானது பூமியின் வட்டப்பாதையில் சுற்றி வருவதனால், சில நாட்களில் சற்று கிழக்கு நோக்கி நகரும், அப்போது நிலவின் வலது புறத்தில் சிறிது பகுதி அதாவது கால்வாசி பகுதி வெளிச்சமாகத் தென்படும். இந்தக் கட்டம் வளர்பிறை நாட்களில் நான்கில் ஒரு பகுதியை (25%) நிறைவு செய்யும் நாள்.

முதல் காலாண்டு (First Quarter) :

நிலவானது பாதி வெண்மையாகவும் மீதி மறைந்தும் அல்லது கருமையாகவும் காணப்படும். நிலவின் வளர்பிறையின் போது அரைக் காலத்தையும் (50%), மொத்தச் சுழற்சியில் கால் (25%) சுழற்சியை நெருங்கிய நிலை. இந்த நிலையில் நிலவு சூரியன் இடத்திலிருந்து வெகு தொலைவில்

உள்ளது. பூமியிலிருந்து நிலவை மிக எளிமையாகக் காண முடியும்.

☽ வளர்பிறை கிப்பஸ் (Waxing Gibbous) :

நிலவின் இடது புறம் சிறிது கருமையும், முக்கால்வாசி வலது புற நிலவு வெண்மையாகவும் காணப்படும். இந்த நிலையில் நிலவானது பூமியைச் சிறிது நெருங்கி இருக்கும், அதனால் அளவில் பெரிதாய் காணப்படும். இக்கட்டமானது வளர்பிறையில் முக்கால்வாசியை (75%) நெருங்கி இருக்கும். இந்த நிலையில் நிலவானது பிரகாசமாக ஒளி வீசும்.

☽ முழு நிலவு (Full moon) :

நிலவு வெண்மையாகத் தெரியும், முழுமையான நிலவும் சூரியனின் ஒளியைப் பிரதிபலிக்கத் துவங்கும். இந்தக் கட்டத்தில் நிலவானது தனது ஒட்டுமொத்தச் சுழற்சியில் அரை பாதையை (50%) கடந்து விட்டது. நிலவின் அளவு பெரிதாகக் காணப்படும். வளர்பிறை நாட்களும் முடிந்துவிட்டது. பூமி சூரியனுக்கும் நிலவிற்கும் நடுவில் அமைந்திருக்கும்.

☽ குறைந்து வரும் கிப்பஸ் (Waning Gibbous) :

இந்தக் கட்டத்தில் முழு நிலவு என்று பெரிதாகக் காணப்பட்ட நிலவு மீண்டும் தன்னுடைய பாதையில் சுற்றத் துவங்குவதால் சிறிதாகக் காணப்படும். வளர்பிறை முடிந்து இப்போது தேய்பிறைக்கான நேரம். நிலவானது இக்கட்டத்தில் முதல் நான்கு கட்டங்களுக்கு நேர் மாறாகக் காணப்படும். இப்போது நிலவின் வலது புறத்தில் கால்பதி கருமையாகக் காணப்படும்.

☽ மூன்றாவது காலாண்டில் (Third Quarter) :

இந்தக் கட்டத்தில் நிலவானது பூமியைச் சுற்றி வரும் பாதையில் முக்கால்வாசி (75%) தூரத்தைக் கடந்து இருக்கும். முதல் காலாண்டில் இருந்ததற்கு நேர் மாறாக இந்த

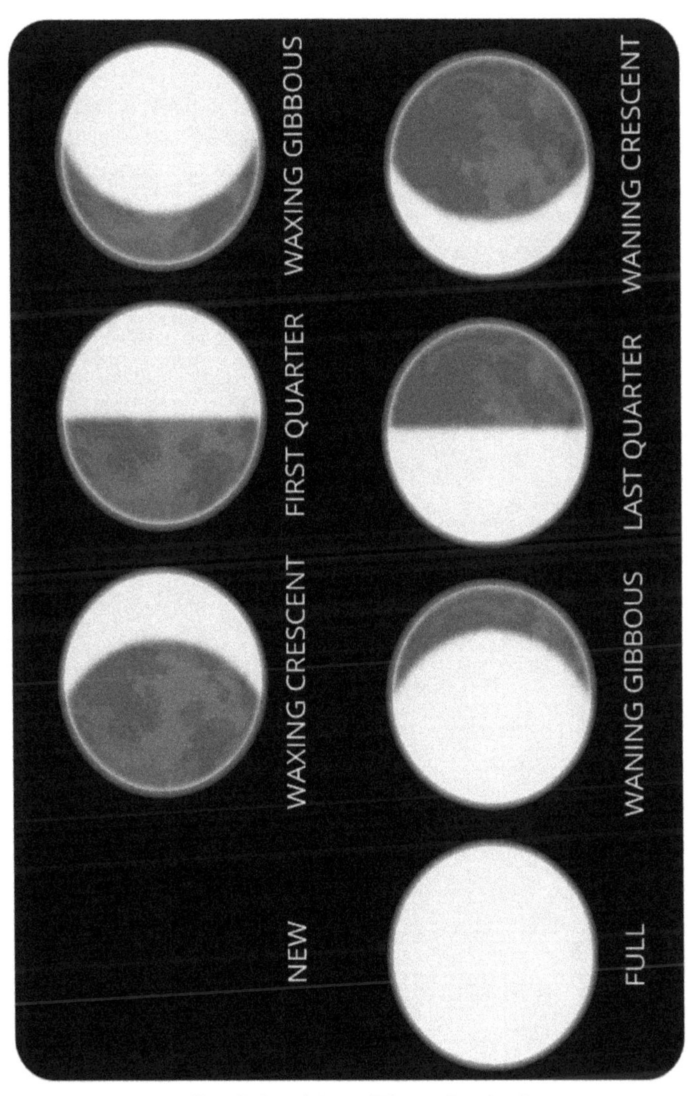

5 நிலவின் எட்டு முக்கிய கட்டங்கள்

முறைநிலவின் வலது புறம் இருளாகவும் இடது புறத்தில் வெளிச்சமாகவும் காணப்படும். இந்த நிலையில் நிலவானது அரை (50%) தேய்பிறை நாட்களைக் கடந்து விட்டது.

🌘 முக்கால் பகுதி *(Waning Crescent)* :

இக்கட்டத்தில் வலது புறத்தில் உள்ள முக்கால்வாசி நிலவு கருமையாகவும் இடது புறத்தில் சிறிதளவு நிலவில் மட்டும் சூரிய ஒளி பிரதிபலிக்கும். நிலவானது தன்னுடைய சுற்றுப்பாதையில் ஒரு சுற்றினை முடிக்கும் தருணம் இது. இக்கட்டத்திற்குப் பின்னர் நிலவு 360° சுற்றுப்பாதையை முடித்தவுடன் மீண்டும் முதல் கட்டத்திற்குத் திரும்புகிறது. மீண்டும் முதலிலிருந்து அமாவாசை தொடங்கி நிலவின் நிலைகள் தொடர்கின்றது.

குறள் எண் : 1117

பால் : காமத்துப்பால்

அதிகாரம் : நலம்புனைந்துரைத்தல்

"அறுவாய் நிறைந்த அவிர்மதிக்குப் போல

மறுவுண்டோ மாதர் முகத்து"

பொருள் : குறைந்த இடமெல்லாம் படிப்படியாக நிறைந்து விளங்குகின்ற திங்களிடம் உள்ளது போல் இந்த மாதர் முகத்தில் களங்கம் உண்டோ, இல்லையோ.

அறுவாய் நிறைந்த அவிர்மதி அதாவது, குறைந்த இடமெல்லாம் படிப்படியாக நிறைந்து விளங்குகின்ற திங்கள் என்று கூறுகிறார் வள்ளுவர். இங்கு படிப்படியாக நிறைந்து விளங்குகின்ற என்பது நிலவின் எட்டுக் கட்டங்களில் முதலில் உள்ள வளர்பிறையைக் குறிக்கின்றது. நிலவின் வளர்பிறையாகக் கருதப்படும் நான்கு நிலைகள் அமாவாசை நாளுக்கு அடுத்து வருவன அவை,

1.   *கால் வளர்பிறை (Waxing Crescent*

2.   *முதல் காலாண்டு (First Quarter)*

3.   *வளர்பிறை (Waxing Gibbous)*

4.   *முழு நிலவு (Full moon)*

இந்த நான்கு கட்டங்களையும் மாதர் முகத்தோடு ஒப்பிட்டுக் கூறுகின்றார்.

குறள் எண் : *782*

பால் : பொருட்பால்

அதிகாரம் : நட்பு

"நிறைநீர நீரவர் கேண்மை பிறைமதிப்

பின்னீர பேதையார் நட்பு."

பொருள் : அறிவுடையவரின் நட்பு பிறை நிறைந்துவருதல் போன்ற தன்மையுடையன; அறிவில்லாதவரின் நட்பு முழுமதி தேய்ந்து பின்செல்லுதல் போன்ற தன்மையுடையன.

இங்கு அறிவுடையாரின் நட்பு பிறை நிறைந்து வருதல் என்று வளர்பிறையையும், அறிவில்லாதவர் நட்பு முழுமதி தேந்து பின் செல்லுதல் போன்றது என்று தேய்பிறையையும் கூறுகின்றது.

வளர்பிறை என்பது தொடர்ச்சியாக அமாவாசையிலிருந்து பௌர்ணமி வரை இருக்கக்கூடிய நாட்களில் நிலவானது கொஞ்சம் கொஞ்சமாய் வளருவது, அந்த நாட்கள் உள்ள நிலவின் பல கட்டங்களை,அமாவாசையில் தொடங்கி முதன்மையாக நான்கு கட்டங்களாகப் பிரித்துள்ளனர் அவை,

1. கால் வளர்பிறை (*Waxing Crescent*)

2. முதல் காலாண்டு (*First Quarter*)

3. வளர்பிறை கிப்பஸ் (*Waxing Gibbous*)

4. முழு நிலவு (*Full moon*)

தேய்பிறை என்பது தொடர்ச்சியாகப் பௌர்ணமியில் இருந்து அமாவாசை வரை நிலவானது முழுமையான நிலையிலிருந்து, சிறிது சிறிதாகக் குறைந்து முற்றிலும் மறைந்து விடும். தேய்பிறையின் பல கட்டங்களை,

பௌர்ணமியில் தொடங்கி முதன்மை நான்கு கட்டங்களாகப் பிரித்துள்ளனர் அவை,

1. குறைந்து வரும் *(Waning Gibbous)*

2. மூன்றாவது காலாண்டில் *(Third Quarter)*

3. முக்கால் பகுதி *(Waning Crescent)*

4. அமாவாசை *(New moon)*

இவ்வாறு வள்ளுவர் நிலவு நிலைகளான வளர்பிறை மற்றும் தேய்பிறை பற்றிய புரிதலை உவமையாகக் கூறியுள்ளார் என்று நாம் புரிந்து கொள்ளலாம்.

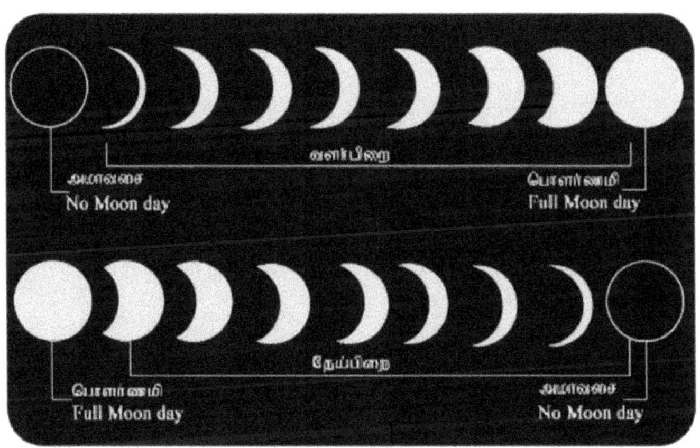

6 வளர்பிறை தேய்பிறை

குறள் எண் : *1116*

பால் : *காமத்துப்பால்*

அதிகாரம் : நலம் புனைந்து உரைத்தல்

"மதியும் மடந்தை முகனும் அறியா

பதியின் கலங்கிய மீன்."

பொருள் : விண்மீன்கள் திங்களையும் இவளுடைய முகத்தையும் வேறுபாடு கண்டு அறியமுடியாமல் தம் நிலையில் நிற்காமல் கலங்கித் திரிகின்றன.

வானில் உள்ள நட்சத்திரங்கள் கலங்கித் திரிகின்றன (*Twinkle*) , இதன் பின்னால் உள்ள அறிவியலைக் காண்போம்.

நட்சத்திரத்திலிருந்து வரும் ஒளி பூமியின் காற்று மண்டலத்தைக் கடக்கும் போது, **காற்றின் வெப்பநிலை** **மற்றும் அடர்த்தி** மாறுபடும். இதனால் ஒளி சிறிது குறுக்கித் திரிகிறது.

ஒளியின் இந்த திரியலில், நட்சத்திரத்தின் பிரகாசம் வேகமாக மாறி, அது திரிக்கிறதாகத் தோன்றுகிறது. நட்சத்திரங்களின் ஒளி மிகவும் தொலைவிலிருந்து வருவதால், அவை புள்ளி ஆகத் தோன்றுகின்றன, அதனால் காற்றின் குழப்பம் அதிகமாகவே பிரகாசம் மாறுவதற்கு வழிவகுக்கிறது. ஆனால், கிரகங்கள் ஒவ்வொரு முறை சிறிய வட்டங்களாகப் பரவியிருப்பதால் அவை அதிக திகிராமல் தோன்றுகின்றன.

குளிர்ந்த, வெப்பமில்லாத இரவுகளில், காற்றின் மாறுபாடு அதிகமாக இருக்கும் போது, திகிர்வு அதிகமாகக் காணப்படுகிறது. மனிதக் கண்கள் இந்த ஒளி மாற்றத்தை மிகவும் உணர்ந்தால், நட்சத்திரங்கள் திகிர்ந்ததாகக் கொஞ்சம் அதிகமாகத் தோன்றும்.

புவியியல்

இது பூமி அறிவியலின் (*Earth Science*) ஒரு கிளை. குறிப்பாக, மழையின் ஆய்வு என்பது **ஹைட்ரோமீடியரோலஜி** (*Hydrometeorology*) என்ற துணைக்கிளையின் ஒரு பகுதியாகும், இது வானியலின் நீருடன் (மழை) மற்றும் பூமியின் மேற்பரப்பில் உள்ள ஆறுகள், மண் மற்றும் தாவரங்கள் ஆகியவற்றின் இடையே உள்ள தொடர்புகளை ஆராய்கின்றது. திருக்குறளில் இதற்கு தொடர்பான செய்திகளை காண்போம்

குறள் எண் : *13*

பால் : அறத்துப்பால்

அதிகாரம் : வான்சிறப்பு

> **"விண்இன்று பொய்ப்பின் விரிநீர் வியனுலகத்து
> உள்நின் றுடற்றும் பசி."**

பொருள் : மழை பெய்யாமல் பொய்விடுமானால், கடல் சூழ்ந்த அகன்ற உலகமாக இருந்தும் பசி உள்ளே நிலைத்து நின்று உயிர்களை வருத்தும்.

நிலத்தில் வாழும் அனைத்து உலக உயிரினங்களும் வானிலிருந்து பொழியும் மழையை முதலாகக் கொண்டு இயங்குகின்றது, இவ்வாறு இருக்க இதற்கு மாறாக வானிலிருந்து நிலத்திற்கு மழை பொழியாமல் போகுமேயானால் என்ன நடக்கும்!?

உலகில் உள்ள நிலங்கள் அனைத்தும் வறண்டு போகக்கூடும். ஒரு குறிப்பிட்ட காலத்திற்கு நிலத்தில் நீர் இல்லாமல் போகுமேயானால், அங்கு நிலமானது நீரின் தன்மையற்று கிடக்கும், இதற்கு **வறட்சி** என்று பெயர். ஒரு நிலமானது வறண்டு போக, குறைந்தபட்சம் இரண்டு வாரங்கள் மழை பொழியாமல் இருக்க வேண்டும், இது ஓர் ஓர் இடத்திற்கும் ஓர் ஒரு சூழலுக்கும் ஏற்ப மாற்றம் பெறும். மனிதர்கள் வாழும் பகுதிகளில் தொடர்ச்சியாக இரண்டு ஆண்டு மழையின் அளவு குறைந்தாலோ, சராசரி மழை பொழிவினை விடக் குறைவாகப் பதிவு செய்யப்பட்டாலோ, அப்பகுதி வறட்சியால் பாதிக்கப்பட்டுள்ளது என்று புரிந்து கொள்ளலாம்.

மழைப்பொழிவு குறைந்தால் நிலத்தடி நீர் குறையத் துவங்கும், நிலத்தில் உள்ள ஈரத்தன்மை, தாவரங்கள் வழியாக **ஆவியுயிர்ப்பு** எனும் செயல்முறை வழி காற்றில் கலக்கப்படும், அவ்வாறு கலந்த பின்னர் நிலத்தடி நீர் முழுமையாகக் குறைந்து வறண்ட நிலைக்கு வரும். இவை வறட்சியின் பாதிப்புகளாகக் கூறப்படுகிறது.

8 நீரின்றி வறண்டு கிடக்கும் பூமி

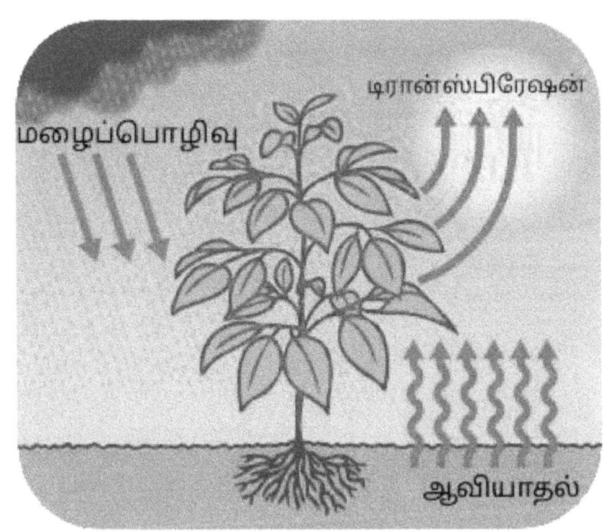

7 தாவரங்கள் ஆவியாதல்

அதன் விளைவாக, நிலத்தில் உள்ள தாவரங்கள் மழை நீர் இல்லாமல் ஈரத்தன்மை மட்டும் கொண்டு ஒரு சில நாட்கள் வாழக்கூடும், பின்னர் தாவரங்களும், மரங்களும் தங்களுக்குரிய நீரினைப் பூமியிலிருந்து எடுத்துக் கொள்ள முடியாமல் இறந்து போகும்; அவ்வாறு தாவரங்களும், மரங்களும் இறந்து போனால் அதை உண்ண முடியாமல் இவ்வுலகில் உள்ள உயிர்கள் அனைத்தும் பசியால் வருந்தும், அதுமட்டுமில்லாமல் மரங்களிலிருந்து வரும் சுவாசக்காற்று தடைப்படும். இதன் விளைவாகச் சைவ உணவுகளை உண்ணும் உயிரினங்கள் உணவின்றி இருப்பது மட்டும் இல்லாமல் சுவாசிக்கும் காற்றுக்கும் தடை ஏற்படும்.

இந்த பாதிப்புகள் மட்டுமின்றி நிலத்தடி நீர் குறைவதன் வழியாகத் தாவரங்கள் கூடிய குளிர்ச்சியான காற்று தடைப்படும். அவ்வாறு தடைப்பட்டால் பூமியானது அதிக அளவிலான வெப்பத்தினை வெளியேற்றும், இந்த வெப்பமானது மனிதர்களையும் விலங்குகளையும் நேரடியாகப் பாதிக்கும். நிலத்தில் இருக்கக்கூடிய நீரின் அளவும் நாட்கள் செல்லச் செல்லக் குறையத் துவங்கும், பின்னர் பயிர் செய்ய முடியாத நிலை ஏற்படும் இதனால் மனிதர்களும் தங்களுக்குத் தேவையான உணவினைப் பெறுவது கடினமாகும்.

மழை இல்லை என்றால் இத்தகைய பெரும் சேதம் மனிதர்களுக்கும் விலங்குகளுக்கும் அத்தனை உயிர்களுக்கும் வந்து சேரும். அகன்ற கடலினைக் கொண்டு இருந்தாலும், எந்த வகையிலும் நிலத்தடி நீரின் அளவினை வானிலிருந்து பொழியும் மழைநீரைப் போல் உயர்த்த இயலாது, அதாவது கடலில் எவ்வளவு நீர் இருந்தாலும் நிலத்தின் மேல் இருக்கக் கூடிய உயிரினங்களுக்கு எந்த வகையிலும் பயன் தராது.

குறள் எண் : 16

பால் : அறத்துப்பால்

அதிகாரம் : வான்சிறப்பு

"விசும்பின் துளிவீழின் அல்லால்மற் றாங்கே

பசும்புல் தலைகாண் பரிது."

பொருள்   :   வானத்திலிருந்து   மழைத்துளி   வீழ்ந்தால்
அல்லாமல்,   உலகத்தில்   ஒரறிவுயிராகிய   பசும்புல்லின்
தலையையும் காண முடியாது.

வானிலிருந்து   மழை   பொழியவில்லை   என்றால்
இவ்வுலகத்தில் ஒரறிவு உடைய புல் கூட முளைக்காது என்று
பரிமேலழகர் உரை இக்குறளுக்கு விளக்கம் தருகிறது. இங்குப்
பரிமேலழகர், பசும்புல் என்பதனை ஒரறிவு கொண்ட உயிர்
என்று தன் உரையில் குறிப்பிட்டுள்ளார்.

பரிமேலழகர்   பதின்மூன்றும்   நூற்றாண்டைச்
சேர்ந்தவர், சுமார் 700 ஆண்டுகளுக்கு முன், புல் என்னும்
தாவரத்திற்கு ஓர் அறிவு உள்ளது என்பதனை தன் உரையில்
குறிப்பிடுகிறார். இவரின் சமகாலத்தில் வாழ்ந்தவர் பவணந்தி
முனிவர், இவரால் எழுதப்பட்ட தமிழ் இலக்கண நூலான
நன்னூலில், ஒரறிவு முதல் ஐந்தறிவு உயிரினங்களின்
பிரிவுகளைத் தெளிவாக எடுத்துக் கூறியுள்ளார்.

மெய்ந்நா மூக்கு நாட்டஞ் செவிகளின்

ஒன்றுமுத லாக்கீழ்க் கொண்டுமே லுணர்தலின்

ஒரறி வாதியா வுயிரைந் தாகும்.

(நன்னூல், உரியியல் - 444)

ஆறுமுகநாவலர் காண்டிகையுரை

மெய் நா மூக்கு நாட்டம் செவிகளின் = மெய்யும்
நாவும் நாசியும் கண்ணும் காதும் ஆகிய ஐம்பொறிகளாலும் ,
ஒன்று முதலா = மெய்யால் பரிசத்தை உணரும் உணர்ச்சி
ஒன்று முதலாக , கீழ்க்கொண்டு - கீழ்ப்போன உணர்ச்சியும்

கொண்டு , மேல் உணர்தலின் = இரதம் , கந்தம் , உருவம் , சத்தம் என மேல்வரும் புலன்களை ஒன்றோடு ஒன்றாக உணர்தலின், ஒரறிவு ஆதியா ஐந்து ஆகும் = ஓர் அறிவு உயிர் முதலாக ஐந்துவகையாகும் , உயிர் =- அவ்வுயிர் .

புல்மரம் முதல உற்று அறியும் ஓர் அறிவு உயிர்

(நன்னூல், உரியியல் - 445)

ஆறுமுகநாவலர் காண்டிகையுரை

புல் மரம் முதல = புல்லும் மரமும் முதலியவை , உற்று அறியும் ஓரறிவு உயிர் = மெய்யால் பரிசித்துப் பரிசத்தை அறியும் ஓர் அறிவு உயிர்களளாம் .

இவ்வாறு நன்னூல் ஐந்து அறிவுகளைப் பற்றியும், ஒரறிவு பற்றிய தகவலையும் கூறுகிறது. இந்நூல் தொல்காப்பியத்தை முதல் நூலாக வைத்து எழுதப்பட்டது. தொல்காப்பியத்தில் ஒன்று முதல் ஆறு அறிவு கொண்ட உயிரினங்களின் பிரிவு பற்றிய தகவல்கள் இடம் பெற்றுள்ளன. மேற்கூறிய இரண்டு இலக்கண நூல்களுள் ஐந்து மற்றும் ஆறு அறிவுகள் என ; தொடு உணர்வு, பார்த்தல், முகர்தல், சுவைத்தல், கேட்டல் ஆகிய ஐந்து புலன்களைக் குறிப்பிட்டுள்ளது.

கிரேக்கத் தத்துவ மற்றும் அறிவியலாளர் அரிஸ்டாட்டில் அவர்கள் பொ.ஆ முன் நான்காம் நூற்றாண்டைச் சேர்ந்தவர். இவர் உலகில் உள்ள உயிர்களுக்கு ஒன்று முதல் ஐந்து அறிவுகள் மட்டுமே உள்ளது என்று கூறியுள்ளார், அரிஸ்டாட்டிலை விடப் பல நூறு ஆண்டுகள் முந்தைய தொல்காப்பியர் (தொல்காப்பியரின் காலம் பலவிதமாகக் கூறப்பட்டாலும் பெரும்பான்மையாக, தொல்காப்பியரின் காலம் பொ.ஆ முன் ஏழாம் நூற்றாண்டைச் சேர்ந்தது என்று கூறப்படுகிறது) தன்னுடைய இலக்கண நூலில் ஐந்தறிவுகள் மட்டும் இல்லாமல் ஆறாவதாக மனம் (பகுத்தறிதல்) என்பதனையும் ஓர் அறிவாகக் கூறுகிறார், அது மனிதர்களுக்கு மட்டும் இருப்பதாகவும் கூறுகிறார். தாவரங்களுக்கு மெய் என்னும் ஓர் அறிவு மட்டும் உள்ளதைத் தொல்காப்பியர் பவணந்தி முனிவர் இருவரும் கூறுகின்றனர்.

இன்றைய அறிவியலாளர்கள் தாவரங்களுக்குத் தொடு உணர்வு மட்டும் இல்லாமல், வெளிச்சத்தினை உணரும் தன்மை, சுவாசத்தினை உணரும் தன்மை, போன்ற வெவ்வேறு தன்மைகளையும் பெற்றுள்ளதாகக் கூறுகின்றனர். இத்தன்மைகள் தாவரங்களுக்கு ஏற்ப கூடவும் குறையவும் இருக்கலாம் என்பதனையும், தொடு உணர்வு பெரும்பான்மையாகப் பல தாவரங்களில் உள்ளது என்பதனையும் கூறுகின்றனர்.

குறள் எண் : 17

பால் : அறத்துப்பால்

அதிகாரம் : வான்சிறப்பு

"நெடுங்கடலும் தன்நீர்மை குன்றும் தடிந்தெழிலி

தான்நல்கா தாகி விடின்."

பொருள் : மேகம் கடலிலிருந்து நீரைக் கொண்டு அதனிடத்திலேயே பெய்யாமல் விடுமானால், பெரிய கடலும் தன் வளம் குன்றிப் போகும்

மேகம் கடலிலிருந்து நீரைக் கொண்டு அதனிடையில் பெய்யும் என்பது **நீர் சுழற்சியைக்** குறிக்கிறது. நீர் சுழற்சி என்பது நீரைக் கடலிலிருந்து எடுத்து வானில் மேகமாகவும் பின்பு மேகத்தினை மீண்டும் கடலுக்கு மழையாகக் கொடுக்கும் ஓர் இயற்கை சுழற்சி. இது பல கட்டங்களைக் கொண்டுள்ளது அவை,

ஆவியாதல் *(Evaporation)* :

சூரியனிடத்தில் இருந்து வரும் வெப்பமானது பூமியில் உள்ள நீரினை ஆவியுற செய்கிறது குறிப்பாகக் கடல் மேல் இருக்கும் நீரினை எளிமையாக ஆவியுறச் செய்து திரவ நிலையில் உள்ள நீரினை வாயு வடிவமாக மாற்றும், இந்த மாற்றம் அதிக அளவில் நடப்பதனால் வானில் மேகங்கள் உண்டாகிறது, இந்தச் செயல்முறைக்கு ஆவியாதல் என்று பெயர். சூரியன் கடல் நீரை மட்டும் ஆவியுற செய்வதில்லை உலகில் மேற்பரப்பில் அமைந்துள்ள அத்தனை நீர் நிலைகளிலும் இருக்கக்கூடிய நீரினை ஆவியுறச் செய்யும்.

ஒடுக்க நீர் *(Condensation)* :

மேகங்களில் நீர் ஆவியாக இருக்கும் நீரினை மீண்டும் குளிர்விக்கச் செய்து, வாயு நிலையில் உள்ள நீரினை மீண்டும் திரவ நிலைக்கு மற்றும், இந்தச் செயல்முறைக்கு ஒடுக்கம் என்று பெயர்.

மழைப்பொழிவு (*precipitation*) :

திரவ நிலைக்கு மாற்றப்பட்ட நீர் மீண்டும் பூமியை நோக்கி மழையாகப் பொழியும், குறிப்பாகக் கடலிலிருந்து அதிக அளவிலான நீர் ஆவியுற்றாலும், அதே அளவிலான நீர் கடலில் விழுவதில்லை. மேகமாக உருவான நீராவிகள் காற்றின் அழுத்தத்தால் ஓர் இடத்திலிருந்து மற்றொரு இடத்திற்குச் செல்லும். அப்போது குளிர்விக்கப்படும் நீராவிகள் மழையாக விழும் பொழுது அங்குக் கடல் இருக்க வேண்டும் என்ற அவசியம் இல்லை. பெரும்பான்மையாகக் காடுகள் மற்றும் மலைகள் மீது மழை பொழிகிறது.

சேகரிப்பு (*Collection*) :

மழையாகப் பொழிந்த நீர் கடல், ஆறு, ஏரி, குளம், நிலத்தடி நீர் போன்ற நிலைகளில் இயற்கையாகச் சேகரிக்கப்படுகிறது.

இந்தச் செயல் முறைகளில் முக்கியமாக நவீன அறிவியலின் புரிதலாக நாம் தெரிந்து கொள்ள வேண்டியது நீர் சுழற்சி என்பது சூரியனின் வெப்பத்தால் நீரினை நீராவியாக மாற்றி பின்னர் அந்த நீராவியைப் புவியீர்ப்பின் வழியாக மீண்டும் நிலத்திற்குக் கொண்டு வருவது.

வள்ளுவர் கடலின் சிறப்பாக இந்த நீர் சுழற்சியைக் கூறுகிறார். இந்த நீர் சுழற்சியின் முக்கியத்துவம் என்று கருதப்படுபவை,

- உலக அமைப்பில் நீர் சுழற்சி எனும் செயல்முறை ஒரு முக்கிய பங்கினை கொண்டு உள்ளது.

- அத்துணை விலங்குகளும் நேரடியாக மற்றும் மறைமுகமாக இந்த நீர் சுழற்சி என் உதவியைப் பெறுகிறது.

- நீர் சுழற்சி வழியாக வானில் இருக்கக்கூடிய காற்று மற்றும் அதில் இருக்கும் நச்சுத்தன்மைகள் சுத்தம் செய்யப்படுகிறது இதனால் பூமியில் சுவாசிக்கும் காற்று சுத்தமாக இருக்கிறது.

9 பூமியின் நீர் சுழற்சி

- இந்த நீர் சுழற்சியில் பாதிப்புகள் ஏற்படாமல் இருக்கும் வரை உலக காலநிலை மாற்றங்களில் எந்தவிதச் சிக்கலும் இல்லை.

- நிலம், ஆகாயம், கடல் ஆகிய மூன்று இடங்களிலும் நீர் இருக்கும் அது இயற்கையின் அமைப்புகளான வானிலை மற்றும் வெப்பநிலையை நேரடியாகப் பாதிக்கும்.

பதினாறாம் நூற்றாண்டைச் சேர்ந்த அறிவியலாளர் பெர்னார்ட் பாலிசி (Bernard Palissy) நீர் சுழற்சி பற்றிய முழுமையான அறிவியல் விளக்கத்தையும், அதன் முக்கியத்துவத்தையும் கூறுகிறார். உலகில் நீர் சுழற்சி மற்றும் மழையின் முக்கியத்துவத்தினை வள்ளுவர் எவ்வாறு மிக எளிமையாகக் கூறுகிறார்.

குறள் எண் : 542

பால் : பொருட்பால்

அதிகாரம் : செங்கோன்மை

"வானோக்கி வாழும் உலகெல்லாம் மன்னவன்

கோனோக்கி வாழுங் குடி."

பொருள் : உலகத்தில் உள்ள உயிர்கள் எல்லாம் மழையை நம்பி வாழ்கின்றன, அதுபோல் குடிமக்கள் எல்லாம் அரசனுடைய செங்கோலை நோக்கி வாழ்கின்றனர்.

மேல் கூறிய குறள்களில் மழையின் முக்கியத்துவத்தை வள்ளுவர் கூறியுள்ளார், அதேபோல் இந்தக் குறளிலும் மழையின் முக்கியத்துவத்தைக் கூறியுள்ளார். உலகில் உள்ள உயிர்கள் அனைத்தும் மழையை நம்பி தான் வாழ்கின்றது. இதனை நாம் புரிந்து கொள்ள, ஏன் மழை முதன்மை தன்மை வாய்ந்தது என்றும் ஏன் உலகில் உள்ள உயிர்களுக்கு மழை பொழிவின் வழி வரும் நீர் முக்கியம் என்பதனையும் பார்த்தோம். மழையின் முக்கியத்துவத்தைப் பலமுறை உவமையாகக் கூறுவதன் வழி வள்ளுவர் மழை மனிதர்களுக்கும் உலகில் வாழும் உயிர்களுக்கும் எவ்வளவு முக்கியம் என்பதனை மிகவும் அழுத்தமாக உணர்த்துகிறார்.

குறள் எண் : 20

பால் :

அதிகாரம் :

நீரின் றமையா துலகெனின் யார்யார்க்கும்

வானின் றமையா தொழுக்கு (20)

பொருள் : எப்படிப்பட்டவர்க்கும் நீர் இல்லாமல் உலக வாழ்க்கை நடைபெறாது என்றால், மழை இல்லையானால் ஒழுக்கமும் நிலைபெறாமல் போகும்

இவ்வுலகில் வாழும் எந்த உயிரினமும் நீர் இல்லாமல் உயிர் வாழ முடியாது. அதுமட்டுமின்றி, மழை இல்லையென்றால் இவ்வுலகில் வாழும் மனிதர்கள் ஒழுக்க நிலை தவறிப் போகக்கூடும். என்று புரிந்துகொள்ளலாம்.

முதலில், நீர் இல்லாமல் போனால் என்ன ஆகும்? மனிதர்களுக்கும் பிற உயிர்களுக்கும் நீரின் முக்கியத்துவம் என்ன?.

தற்செயலான நிகழ்வுகள் வழி, இந்த உலகில் சிலர் 3 நாட்களுக்கு மேல் உணவின்றி உயிர்வாழ்வதாகவும், அதன் பிறகு அவர்கள் வாழ்வது மிகவும் கடினம் என்றும் தெரிவித்துள்ளனர். தற்செயலாக ஒரு சில மனிதர்கள் தங்களுடைய வாழ்நாளில் உணவு மற்றும் தண்ணீர் இன்றி வாழும் நிலை ஏற்பட்டுள்ளது. அவர்களால் உணவு இல்லாமல் பல நாட்கள் உயிர் வாழ முடிந்துள்ளது. ஆனால், நீர் இல்லாமல் மூன்று நாட்களுக்கு மேல் உயிர் வாழ முடியவில்லை. இந்த நிகழ்வுகளை அடிப்படையாக வைத்து பல்வேறு மருத்துவர்கள் நீரின் முக்கியத்துவத்தை ஆய்வு செய்து இருக்கின்றனர்.

மருத்துவர்களின் கூற்றுப்படி, ஒரு மனிதரால் உணவு இல்லாமல் குடிநீர் மட்டும் கொண்டு குறைந்தபட்சம் இரண்டு முதல் மூன்று வாரங்கள் வாழ முடியும். ஆனால் குடிக்க நீர் இல்லாமல் மூன்று நாட்களுக்கு மேல் உயிர் வாழ முடியாது. இந்தக் கூற்றுத் தற்செயலாக உணவில்லாத நிலை

ஏற்பட்ட மனிதர்களின் சூழலை வைத்துக் கூறப்பட்டது. மருத்துவர்களால் இந்த நோக்கத்தில் ஆய்வு செய்ய இயலாது, யாரையும் ஆய்வுக்காக உணவின்றி வாழச் சொல்ல முடியாது.

மனிதர்கள் தினமும் சரியான அளவில் குடிநீர் குடிப்பது அவசியம். சரியான அளவில் குடிநீர் குடிப்பதன் மூலம் ஏற்படக்கூடிய நன்மைகள் பல என மருத்துவர்கள் கூறுகின்றனர், அவை :

· சிறந்த மனநிலை கொடுக்கும்

· உடல் வெப்பநிலையை ஒழுங்கு படுத்துவது

· உடலில் சரியான ஊட்டச்சத்து போக்குவரத்து

· சிறந்த செரிமானத்திற்கு நல்லது

· உடல் சக்தியை மேம்படுத்துவது

· உடலில் சீரான இரத்த ஆக்ஸிஜன் சுழற்சி

· நோய் எதிர்ப்புச் சக்தி அதிகரிப்பது

· சருமத்தைப் பாதுகாப்பது

· மூட்டுகள் மற்றும் தண்டுவடம் பாதுகாத்தல்

· உடலில் இருக்கும் கழிவுகளை வெளியேற்றுகிறது

போன்ற நன்மைகள் கிடைக்கும்.

மனித உடலில் சரியான அளவிலான தண்ணீர் இல்லை என்றால், உடலில் நீரிழப்பு உண்டாகக்கூடும் இதனால் உடலில் உள்ள பாகங்கள் செயலிழக்கக்கூடும்.

அதிர்ஷ்டவசமாக, நமது உலகத்தில் எழுபத்து ஐந்து சதவீத (75%) நீரினால் ஆனது. ஆனால் துரதிர்ஷ்டவசமாக, உலகில் இருக்கும் நூறு சதவீத (100%) நீரில் மூன்று சதவீத (3%) நீர் மட்டுமே பயன்படுத்துவதற்கும் குடிப்பதற்கும் ஏற்றது. அந்த மூன்று சதவீத (3%) நீரிலும் இரண்டு சதவீத (2%) நீர் உறைந்த நிலையில் மீதமுள்ள ஒன்றிலிருந்து ஒன்று புள்ளி இரண்டு சதவீத (1-1.2%) நீர் குடிப்பதற்கு நிலப்பரப்பில் கிடைக்கின்றது.

மனிதர்களின் உடல் மூன்றில் ஒரு பங்கு நீதியில் ஆனது அதேபோன்று பூமியில் வாழும் விலங்குகளும் பல வகையான தாவரங்களும் மரங்களும் நீரினை அடிப்படையாகக் கொண்டுள்ளது.

முன்னதாக மழை முக்கியத்துவத்தைப் பார்த்தது போல இல்லை என்றால் என்ன? மருந்துகள் ஏற்பட்டால் என்ன செய்வது? இதனால் தண்ணீருக்காகப் போராடும் நிலை உள்ளது. இவ்வாறு நீர் ஆதாரங்களைக் கவனிப்பது மனிதர்களின் அமைதி மற்றும் ஒழுக்கத்தில் முக்கிய பங்கு வகிக்கிறது. மனிதர்களுக்கு மட்டுமல்ல, விலங்குகள் மற்றும் தாவரங்களுக்கும்.

கடந்த காலங்களில், நாடுகளிலும் அதைச் சுற்றியுள்ள நாடுகளிலும் நாம் பல்வேறு நீர் மோதல்களைச் சந்தித்துள்ளோம். தண்ணீர் நெருக்கடி காரணமாக உள்ளூர் முதல் சர்வதேச அளவில் போர் ஏற்படுகிறது.

வள்ளுவர் காலத்தில் தமிழகம் மிகச் செம்மையாக இருந்திருக்கக்கூடும் இருப்பினும் நீரின் தேவையை வள்ளுவர் உணர்ந்தமையால் பிற்காலத்தில் தோன்றும் மனிதர்கள் நேரில் தன்மையை உணர வேண்டும் என்ற செய்திகள் இக்குறள் வழியாகக் கூறியுள்ளார்.

இந்தப் புத்தகத்தைத் தவிர, நம்மைச் சுற்றியுள்ள மற்றும் நம்மைச் சுற்றியுள்ள தண்ணீரைச் சரியான முறையில் நிர்வகிப்பது ஒரு சிறந்த எதிர்காலத்திற்கு அவசியம், இது பல்வேறு நெருக்கடிகளைத் தடுக்கிறது.

குறள் எண் : *245*

பால் : *அறத்துப்பால்*

அதிகாரம் : *அருள் உடைமை*

> *"அல்லல் அருளாள்வார்க் கில்லை வளிவழங்கு*
>
> *மல்லன்மா ஞாலங் கரி."*

பொருள் : அருளுடையவராக வாழ்கின்றவர்களுக்குத் துன்பம் இல்லை, காற்று இயங்குகின்ற வளம் பெரிய உலகத்தில் வாழ்வோரே இதற்குச் சான்று ஆவர்.

வள்ளுவர் இக்குறட்பாவில் முழுமையாகக் காற்று இயங்குகின்ற வளம் பெரிய உலகத்தில் என்று கூறுகிறார், இதில் அவர் இவ்வுலகம் முழுவதும் பெரும்பாலும் காற்று உள்ளது என்பதனை கூறுகின்றார் அதற்குக் காரணமாக அமைவது இப்பூமியில் எத்தனைக்காட்டிலும் காற்றின் அளவு மிக அதிகமாக உள்ளது.

இங்கு **வளி** எனப்படுவது காற்று. உலகில் அதிக அளவில் காற்று இயங்குகின்றது. அதாவது இன்றைய அறிவியல் ஆய்வின்படி பூமி முழுவதிலும் ஏறத்தாழ *78%* காற்று மட்டுமே உள்ளது. அவ்வாறு இயங்கும் காற்றில் நைட்ரஜன் *78% (Nitrogen)* ஆக்ஸிஜன் *21% (Oxygen)* ஆர்கான் *(Argon)* மற்றும் பிற வாயுக்கள் ஒரு சதவீதத்திற்கும் கீழும் பின்னர் தூசி சாம்பல் காற்றில் பரவும் கடல் உப்பு போன்றவை இடம்பெற்றுள்ளது.

காற்று உலகில் வாழும் அனைத்து உயிரினங்களுக்கும் அவசியம். மனிதர்கள், விலங்குகள் மற்றும் பறவைகளுக்குக் காற்றில் உள்ள ஆக்சிஜன் உயிர் வாழத் தேவைப்படுகின்றது. மரங்களுக்கும் செடிகளுக்கும் காற்றில் உள்ள கரி வளி *(Carbon Dioxide)* உயிர் வாழத் தேவைப்படுகிறது. இத்தகைய முக்கியத்துவம் வாய்ந்த காற்றினை இந்த உலகம் வழங்குகிறது அல்லது இயக்குகின்றது என்று வள்ளுவர் கூறுகிறார்.

உலகில் காற்று எப்படி இயங்குகிறது? பூமியின் மேல் உள்ள வளிமண்டலத்தில் மேற்கூறிய வாயுக்கள் அமைந்திருக்கும், அதில் ஒவ்வொரு வாயுவும் சிறிய துகள்களான மூலக்கூறுகள் (Molecules) கொண்டு அமைந்திருக்கும்.

இந்த மூலக்கூறுகள் சூரியனின் வெப்பத்தால், வெப்பநிலை அதிகரிக்கும் பொழுது வேகமாக நகரும், அப்போது ஒரு மூலக்கூரை விட்டு மற்றொரு மூலக்கூறு விலகிவிடும். இது அதன் எடையைக் குறைக்கக் கூடும். அவ்வாறு எடை குறையும் பொழுது மூலக்கூறுகள் வளிமண்டலத்தில் மேல்நோக்கி நகரும். இந்த மாற்றம் பூமியின் வெப்பமான பகுதியில் குறைந்த காற்றழுத்தத்தை உருவாக்கும்.

பூமியின் பல இடங்களில் வெப்பநிலை அதிகமும் மீதமுள்ள இடங்களில் குறைந்தும் இருக்கும் அவ்வாறு வெப்பநிலை குறைந்தால் மூலக்கூறுகள் பொறுமையாக நகர்ந்து ஒன்றோடு ஒன்று இணைந்து கொள்ளும். அப்போது அதன் எடை அதிகரித்து, வளிமண்டலத்தில் கீழ்நோக்கி நகரும். இந்த மாற்றம் பூமியின் குளிர்ச்சியான பகுதிகளில் அதிகக் காற்றழுத்தத்தை உருவாக்கும்.

பூமியின் வெப்பநிலை ஒவ்வொரு இடத்திற்கும் ஏற்றது போல மாறிக்கொண்டே இருப்பது போல அந்த வெப்பநிலைக்கு ஏற்றவாறு, பூமியின் நிலப்பகுதிகளில் குறைந்த காற்றழுத்தமும் அதிகக் காற்றழுத்தமும் மாறி மாறி நிகழ்ந்து கொண்டே இருக்கும்.

இதன் விளைவாக வாயுக்கள் குறைந்த காற்றழுத்தம் கொண்ட இடத்திலிருந்து அதிகக் காற்றழுத்தம் கொண்ட இடத்திற்கு நகர்ந்து செல்லும். அவ்வாறு நகரும் வாயுக்களை நாம் காற்று என்று கூறுகிறோம். குளிர் காலங்களில் அதிகக் காற்றழுத்தமும் குறைந்த வெப்பநிலையும் இருப்பதனால் காற்று அதிகமாக வீசும், வெயில் காலங்களில் அதிக வெப்பம் இருப்பதனாலும் குறைந்த காற்றழுத்தம் இருப்பதாலும் காற்று மிகக் குறைந்த அளவில் வீசும்.

இவ்வாறு உலகம் காற்றைக் கொடுக்கிறது அல்லது உலகில் காற்று இயங்குகின்றது என்ற வரியினை நாம் தெளிவாகப் புரிந்து கொள்ளலாம்.

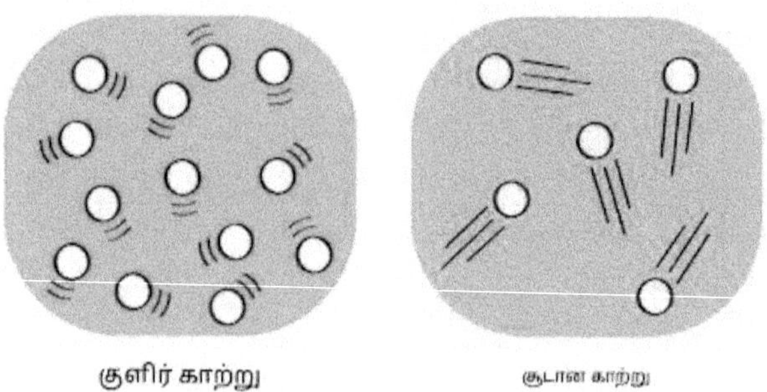

10 காற்று

குறள் எண் : *396*

பால் : பொருட்பால்

அதிகாரம் : கல்வி

> "தொட்டனைத் தூறு மணற்கேணி மாந்தர்க்குக்
>
> கற்றனைத் தூறும் அறிவு."

பொருள் : மணலில் உள்ள கேணியில் தோண்டிய அளவிற்கு நீர் ஊறும், அதுபோல் மக்களின் கற்றக் கல்வியின் அளவிற்கு அறிவு ஊறும்.

கேணியில் தோன்றிய அளவிற்கு நீர் ஊறுகிறது என்றால், அதற்கு முதன்மை காரணமாக அமைவது **நீர்கொள் படுகை.**

நிலத்தின் அடியில் பல வகையான கற்கள், சரளை, மணற்கல், உடைந்த சுண்ணாம்புக்கல் மற்றும் களிமண் போன்றவை அமைந்திருக்கும். இதற்கு இடையில் பல இடுக்குகள் வெறுமையாக அமைந்திருக்கும், அந்த இடுக்குகளில் நீரானது பல காலமாகத் தேங்கி பொறுமையாக நிலத்தின் அடியில் நகரும். இந்த இடுக்குகள் நிலத்தின் அடியில் உள்ள பல அடுக்குகளில் ஓர் அடுக்காக அமைந்திருக்கும், இந்த அடுக்கிற்கு நிலத்தடி நீர்த் தேக்கம் அல்லது நீர்கொள் படுகை *(Aquifer)* என்று பெயர்.

நிலத்தின் அடியில் பல அடுக்குகள் அமைந்திருக்கும், அதில் நீர்த் தேக்கம் கொண்ட அடுக்குகள், தொடர்ச்சியாக அமைந்திருக்காது. நிலமானது சிறிது ஆழம் வரை கற்களாலும் மண்ணாலும் களிமண்ணாலும் அமைந்திருக்கும். அதற்குப் பின் நிலத்தடிநீர் தேக்கும் அடுக்கு ஒன்று அமைந்திருக்கும் மேலும், அந்த நிலத்தடிநீர் தேக்கும் அடுக்கு அடுத்து மீண்டும் ஓர் அடுக்கு கற்கள் களிமண் போன்றவற்றால் அமைந்திருக்கும், மீண்டும் ஒரு முறை அந்த அடுக்கு நிலத்தடிநீர் தேக்கும் அடுக்கு தொடர்ந்து வரும் இவ்வாறு ஓர் அடுக்கு கற்களாலும் மற்றொரு அடுக்கு நீர்த் தேக்கமும் கொண்டு நிலத்தின் அடிப்பகுதி அமைந்திருக்கும் இவ்வாறு குறைந்தபட்சம் ஒரு நீர் தேக்க அடுக்கு முதல் அதிகபட்சம

மூன்று நீர் தேக்க அடுக்குகள் வரை இந்த உலகில் உள்ள அனைத்து நிலப்பரப்புகளில் அமைந்துள்ளது.

இந்த நீர்கொள் படுகை (*Aquifer*) இரண்டு வகைப்படும் அவை,

1. கட்டுப்படுத்தப்படாத நிலத்தடி நீர் (*Unconfined Aquifer*)

2. கட்டுப்படுத்தப்பட்ட நிலத்தடி நீர் (*Confined Aquifer*)

கட்டுப்படுத்தப்படாத நிலத்தடி நீர் (*Unconfined Aquifer*) :

நிலத்தின் மேல் இருக்கும் நீர், நிலத்தில் ஊர்ந்து நிலத்தடி நீராக மாறும் பொழுது, அந்த நிலத்தடி அடுக்கில் உள்ள கற்கள் பாறைகள் மற்றும் களிமண் ஆகியவை அந்த நீரினைத் தங்கள் இடையில் இருக்கும் இடுக்குகளில் தேக்கிக் கொள்ளும். நிலத்திற்கு மிக அருகில் உள்ள நிலத்தடி நீர்த்தேக்கம் கடலோடு சென்று கலக்கக் கூடியவை. பெரும்பான்மையாக நிலத்தின் அடியில் நிலத்தடி நீரோட்டம் வேகமாக இருக்கும் என்று நினைத்துக் கொண்டிருப்பார் ஆனால் நிலத்தடி நீர் ஒரு நாளுக்குச் சுமார் 3 - 25 அங்குலம் வரை மட்டுமே பயணிக்கக் கூடியது. இந்தக் கட்டுப்படுத்தப்படாத நீர் மிகவும் தூய்மையாக இருப்பதனால் அதிக அளவிலான குடிநீர் நிலத்தடி நீரிலிருந்து பயன்படுத்தப்படுகிறது. மேலும் மிகவும் மெதுவாகக் கடலை சென்று சேர்வதால் இந்த அடுக்கில் நீர் மீண்டும் நிரம்பப் பல ஆண்டுகள் ஆகும். குளங்கள் மட்டும் குட்டைகளில் வருகின்ற நீர் இந்த அடுக்கின் வழியாகத்தான் உருவாகிறது. இந்த வகையான நிலத்தடி அடுக்குகள் மழை பொழியக் கூடிய பெரும்பான்மையான இடங்களின் அமைந்திருக்கும்.

கட்டுப்படுத்தப்பட்ட நிலத்தடி நீர் (*Confined Aquifer*) :

இந்த நீர் அடுக்கு நிலத்தில் அடியில் மிக ஆழமாக அமைந்திருக்கும். இரண்டு அல்லது மூன்று நீராடுக்குகளை ஒரு நிலம் கொண்டிருந்தால் அது கட்டுப்படுத்தப்பட்ட நீர் அடுக்காக இருக்க வேண்டும். இந்த அடுக்கில் இருக்கக் கூடிய நீரானது எந்த வகையான நீரோட்டமும் இல்லாமல் அதே இடத்தில் பல நூறு ஆண்டுகள் தேங்கி நிற்கும். இவ்வாறு

தண்ணீர் மேசை
ஆறு
கட்டுப்பாடற்ற நீர்நிலை
நீர்ச்சத்தி
கட்டுப்படுத்தப்பட்ட நீர்நிலை
அக்யூக்லூர்
துளை
ஆர்ட்டீசியன் போர்

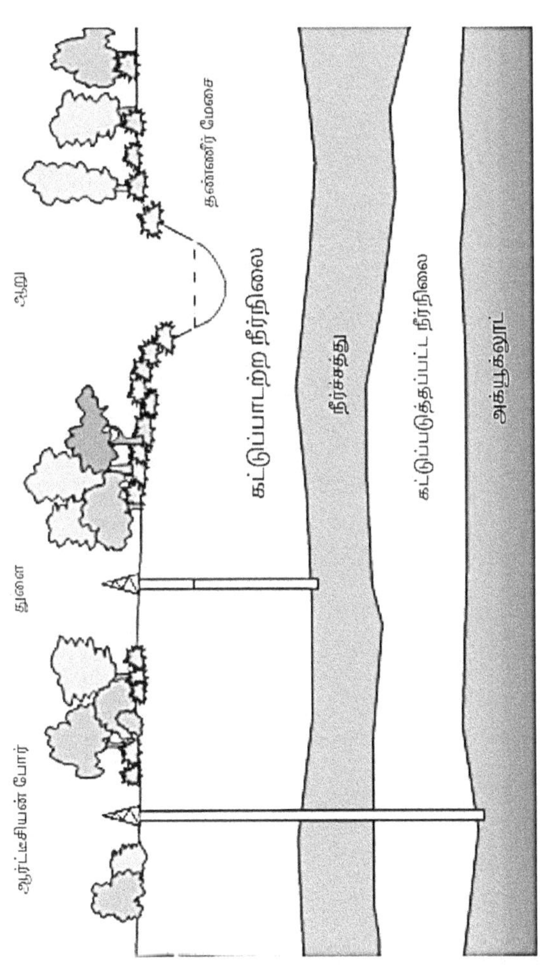

11 நீர்கொள் படுகை

எந்த வகையான ஓட்டமும் இல்லாமல் ஒரே இடத்தில் தேங்கி நிற்கும் நீரினைக் கட்டுப்படுத்தப்பட்ட நிலத்தடிநீர் என்று கூறுவர். இந்த வகையிலான கட்டுப்படுத்தப்பட்ட நிலத்தடி நீர் பெரும்பான்மையான இடங்களில் அமைந்திருக்கும். கட்டுப்படுத்தப்படாத நிலத்தடிநீர் அடுக்கு இல்லாத இடத்தில் கூட கட்டுப்படுத்தப்பட்ட நிலத்தடிநீர் அடுக்கு அமைந்திருக்கும். சான்றாகப் பல ஆயிரம் ஆண்டுகளாகப் பாலைவனங்களாக இருக்கும் இடங்களிலும் பல அடி ஆழத்தில் இந்த கட்டுப்படுத்தப்பட்ட நிலத்தடி நீர் அடுக்கு அமைந்திருக்கும். இந்த அடுக்கில் இருக்கும் நீர் பெரும்பான்மையாகக் கடலை சென்று கலப்பதில்லை. மேலும் இந்த அடுக்கினில் நீர் நிரம்பப் பல ஆயிரம் ஆண்டுகள் எடுத்துக் கொள்ளும் என்று கூறுகின்றனர். உலகிலேயே மிகத் தூய்மையான நீர் இந்த அடுக்கினில் தான் கிடைக்கிறது.

மேல் கூறிய இரண்டு அடுக்குகளும் இரண்டு வெவ்வேறு ஆழ நிலைகளில் அமைந்துள்ளது. கேணியை எவ்வளவு ஆழமாகத் தோன்றுகிறார்களோ அதற்கு ஏற்றது போல் இந்த அடுக்குகளின் நீரை அடைய முடியும். இயற்கையாக நிலத்தின் அடியில் உள்ள பலநூறு மெல்லிய துளைகள் வழியாக நீர் கடந்து செல்வதனால் மாக கட்டுப்படுத்தப்படாத நீர் அடுக்கிலும் கட்டுப்படுத்தப்பட்ட நீர் அடுக்கினிலும் மிகவும் தூய்மையான நீர் தூங்குகின்றது.

உயிரியல்

உயிரியல் (*Biology*) என்பது உயிரினங்கள், அவற்றின் பிறப்பு, உருவமைப்பு, செயல்பாடுகள், வளர்ச்சி, பரம்பரை மற்றும் பரிணாம வளர்ச்சி ஆகியவற்றைக் குறிக்கும் அறிவியல். திருக்குறளில் உயிரியல் தொடர்பான செய்திகளைக் காண்போம்

குறள் எண் : *1101*

பால் : காமத்துப்பால்

அதிகாரம் : புணர்ச்சிமகிழ்தல்

"கண்டுகேட் டுண்டுயிர்த் துற்றறியும் ஐம்புலனும்

ஒண்தொடி கண்ணே உள."

பொருள் : கண்டும் கேட்டும் உண்டும் முகர்ந்தும் உற்றும் அறிகின்ற ஐந்து புலன்களாகிய இன்பங்களும் ஒளி பொருந்திய வளையல் அணிந்த இவளிடத்தில் உள்ளன.

மனிதர்களுக்கு இருக்கும் ஐந்து அறிவினை தெளிவாக கூறுகிறது. இங்கு ஒரு பெண்ணின் முகத்தை பற்றி கூறும் பொழுது, கண்டும் எனக் கண்களையும், கேட்டும் என செவிகளையும், உண்டும் என வாயினையும், முகர்ந்து என மூக்கினையும், உற்றும் என உணர்வதையும் கூறுகின்றார் வள்ளுவர். ஒரு மனிதன், மேல் கூறிய அனைத்துப் புலன்களையும் கொண்டிருந்தால் முழுமையாக இயங்கக்கூடிய ஒரு மனிதனாக இருக்கிறான் என்று புரிந்து கொள்ளலாம்.

இங்கு ஒரு பெண்ணை குறிப்பிட்டு இருந்தாலும் பொதுவாக மனிதர்களுக்கு தேவைப்படும் ஐந்து புலன்களைக் கூறியுள்ளார். பொதுவாக மனிதர்களுக்கு ஆறு அறிவு உள்ளது என்று கூறினாலும் அந்தக் காலகட்டத்தில் வாழ்ந்த மக்கள் பலரும் மனிதர்களுக்கு ஐந்தறிவு உள்ளது என்பதனை கூறுகின்றனர்.

திருவள்ளுவர் கூறுவது போல, அறிவியலில் முக்கியத்துவம் வாய்ந்த கிரேக்க நாட்டு மேதையான அரிஸ்டாட்டில் மனிதர்களுக்கு **ஐந்து** அறிவு உள்ளது என்பதனை கூறுகிறார். ஆனால் பிற உயிரினங்களிலிருந்து மனிதர்களை பிரித்து வைப்பது மனிதர்களுக்கு ஆறாவதாக இருக்கக்கூடிய **மனம்** எனும் பகுத்தறியக்கூடிய திறன் என்று தொல்காப்பியர் மரபியலில் கூறுகிறார்.

"ஒன்று அறிவதுவே உற்று அறிவதுவே

இரண்டு அறிவதுவே அதனொடு நாவே

மூன்று அறிவதுவே அவற்றொடு மூக்கே

நான்கு அறிவதுவே அவற்றொடு கண்ணே

ஐந்து அறிவதுவே அவற்றொடு செவியே

ஆறு அறிவதுவே அவற்றொடு மனனே

நேரிதின் உணர்ந்தோர் நெறிப்படுத்தினரே".

(தொல். மரபியல் -1526)

பொருள் : ஒரறிவுயிர்கள் உடம்பினால் (மெய்) அறியும் தன்மையன; ஈரறிவுயிர்கள் உடம்பினாலும் வாயினாலும் அறியும் தன்மையன; மூவறிவுயிர்கள் உடம்பு, வாய், மூக்கு இவற்றால் அறிபவை; நாலறிவுயிர்கள் உடம்பு, வாய் , மூக்கு மற்றும் கண்ணினால் அறிபவை; ஐயறிவுயிர்கள் உடம்பு, வாய், மூக்கு , கண், செவி எனும் ஐம்புலன்களால் அறிபவை; ஆறறிவுயிர்கள் ஐம்புலன்களாலன்றியும் மனத்தினாலும் அறியும் தன்மையன என்று உயிர்களின் அறிவு வளர்ச்சியைப் படிப்படியாய் விளக்கிச் செல்கின்றார்.

இன்றைய நவீன அறிவியல் மனிதர்கள் பல புலன்களையும் அறிவுகளையும் கொண்டுள்ளனர் என்பதைக் கூறுகிறது ஏறத்தாழப் பத்துக்கும் மேற்பட்ட புலன்களை மனிதர்கள் கொண்டு உள்ளனர் என்றும் அவை இன்றைய வாழ்வியலில் முக்கிய தன்மையைப் பெற்றுள்ளது என்பதனையும் கூறுகின்றனர்.

மேலும் குறள் எண் 6 மற்றும் 27 மனிதர்களின் அறிவுகளை பற்றிய செய்தியை கூறுகின்றது

தாவரவியல்

தாவரவியல் (Botany) தாவரங்களைப் பற்றிய அறிவியல் *branch* ஆகும். தாவரவியலில் தாவரங்களின் வளர்ச்சி, அமைப்பு, செயல்பாடு, வகைப்படுத்தல் மற்றும் பரிணாம வளர்ச்சி ஆகியவை ஆய்வு செய்யப்படுகின்றன. திருக்குறளில் தாவரவியல் தொடர்பான செய்திகளைக் காண்போம்

குறள் எண் : 595

பால் : பொருட்பால்

அதிகாரம் : ஊக்கமுடைமை

"வெள்ளத் தனைய மலர்நீட்டம் மாந்தர்தம்

உள்ளத் தனைய துயர்வு."

பொருள் : நீர்ப்பூக்களின் தாளின் நீளம் அவை நின்ற நீரின் அளவினவாகும், மக்களின் ஊக்கத்தை அளவினதாகும் வாழ்க்கையின் உயர்வு.

ஒரு நீர்த் தாவரம் தான் வளரும் நீர் நிலையின் உயரத்திற்கேற்பத் தன்னுடைய நீளத்தை அமைத்துக் கொள்ளும் என்று வள்ளுவர் கூறுகிறார், இதனைப் பதினெட்டாம் நூற்றாண்டு சார்ந்த ஆய்வாளர்கள் கண்டறிந்து விளக்கியுள்ளனர்.

சராசரியாகத் தாவரங்கள் நன்றாக வளர நீர்த் தேவை. ஆனால், அதிக அளவிலான நீர்த் தாவரங்களை அழுகிய நிலைக்கு மாற்றக்கூடும், இவை இன்றி சில தாவரங்கள் எவ்வளவு நீர் இருந்தாலும் அதற்கு ஏற்றது போலத் தன்னுடைய அமைப்பினை மாற்றிக் கொண்டு வளரச் செய்யும் இதற்கு **நீர்த் தாவரம்** (aquatic plants) என்று பெயர்.

நீர்த் தாவரங்கள் பொதுவாக மூன்று வகைப் படும்,

1. ஒன்று, நீரின் அடியில் மூழ்கி, நீர் படுகையில் வளரக்கூடிய தாவரங்கள். இந்த வகையான தாவரங்கள் நீரின் அடியில் ஆக்ஸிஜனை உற்பத்தி செய்ய உதவுகிறது.

2. இரண்டாவது, நீரின் மேல் புறத்தில் இலைகளின் உதவியோடு, நீர் மீது மீதாக்கும்படி வளரக்கூடிய தாவரங்கள், இவ்வகை தாவரங்களின் வேர் நீர் படுகையிலிருந்து மேலே இருக்கும். மேலும் குறைந்த அளவிலான நீரினைப் பயன்படுத்த வேண்டும் என்பதனால் இதன் வேரின் அளவு சிறிதாக இருக்கும்.

3. மூன்றாவது, நீர் படுகையிலிருந்து வளர்ந்து நீரின் மேல் புறத்தில் இலைகளின் உதவியோடு மிதக்கும் வரை இதன் தண்டுகள் நீண்டிருக்கும் இவ்வகையான தாவரங்கள் ஏற்பாடுகளிலிருந்து நீரின் அளவு எவ்வளவு உயர்ந்தாலும் அவ்வளவு உயரம் வளரும்.

வள்ளுவர் இங்கு மூன்றாவது வகையைச் சார்ந்த நீர்த் தாவரத்தை பற்றி உவமையாகக் கூறியுள்ளார். எப்படி நீரின் அளவு உயரும் பொழுது தாவரத்தின் அளவும் உயரும்?

இவ்வகையான தாவரங்களின் பஞ்சுபோன்ற மீசோபில் செல்கள் (mesophyll cells) நீரில் மிதப்பதற்கும் மிதப்பதற்கும் ஏரன்கிமா திசுக்களை (aerenchyma tissues) உருவாக்கும் ஏராளமான காற்றுப் பைகளைக் கொண்டுள்ளன.

ஒளிச்சேர்க்கைக்காக மேற்பரப்பிலிருந்து கார்பன் IV ஆக்சைடு (Carbon IV oxide) வாயுவைப் பெறுவதற்கு மேல் தோலில் அதிக இலைத் துளைகள் (stomata) உள்ளது. மலர்கள் மகரந்தச் சேர்க்கைக்காக நீர் வழியாகப் பிரிகின்றன.

நீர்த் தாவரங்கள் நெகிழ்வான தண்டுகளைக் கொண்டுள்ளன என்பதனால் அலைகள் மற்றும் நீரோட்டங்கள் எளிதில் தாவரங்களைக் கடந்து செல்ல முடியும். இவ்வகையான தாவரங்கள் பெரும்பான்மையாக அதிகப் பரப்பளவைக் கொண்ட இலைகளைக் கொண்டிருக்கும்.

இதன் விளைவாகச் சேர்க்கை எளிமையாக நடப்பது மட்டுமின்றி, எளிமையாகத் தாவரங்கள் தங்களுக்குத் தேவையான சுவாசத்தினை நீரில் மேல் புறத்திலிருந்து எடுத்துக் கொள்ள முடியும்.

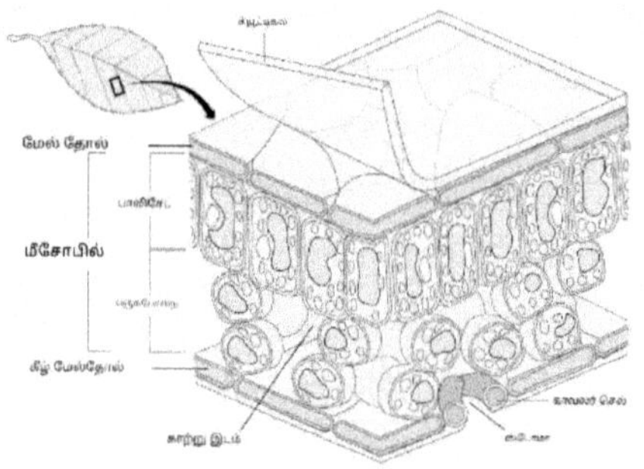

12 நீர்தாவரத்தின் இலை

13 நீர் தாவரம்

தாவரவியல் சார்ந்து குறள்களில் குறிப்பிடப்பட்டுள்ள பிற சொற்கள்			
சொல்	எண்	பால்	அதிகாரம்
தாமரை மலர்	617	பொருட்பால்	ஆள்வினை உடைமை
தாமரை மலர்	1103	காமத்துப்பால்	புணர்ச்சி மகிழ்தல்
குவளை மலர்	1114	காமத்துப்பால்	நலம் புனைந்து உரைத்தல்
அனிச்சம் மலர்	90	அறத்துப்பால்	விருந்தோம்பல்
அனிச்சம் மலர்	1111	காமத்துப்பால்	நலம் புனைந்து உரைத்தல்

தாவரவியல் சார்ந்து குறள்களில் குறிப்பிடப்பட்டுள்ள பிற சொற்கள்			
அனிச்சம் மலர்	1115	காமத்துப்பால்	நலம் புனைந்து உரைத்தல்
அனிச்சம் மலர்	1120	காமத்துப்பால்	நலம் புனைந்து உரைத்தல்
திணை விதை	104	அறத்துப்பால்	செய்ந்நன்றி அறிதல்
திணை விதை	144	அறத்துப்பால்	பிறன் இல் விழையாமை
திணை விதை	433	பொருட்பால்	குற்றம் கடிதல்
திணை விதை	1282	காமத்துப்பால்	புணர்ச்சி விதும்பல்
பனை மரம்	104	அறத்துப்பால்	செய்ந்நன்றி அறிதல்
பனை மரம்	433	பொருட்பால்	குற்றம் கடிதல்
பனை மரம்	1282	காமத்துப்பால்	புணர்ச்சி விதும்பல்
எள் விதை	889	பொருட்பால்	உட்பகை
குன்றி விதை	277	அறத்துப்பால்	கூடா ஒழுக்கம்
கரும்பு	1078	பொருட்பால்	கயமை

தாவரவியல் சார்ந்து குறள்களில் குறிப்பிடப்பட்டுள்ள பிற சொற்கள்			
மூங்கில்	*1113*	காமத்துப்பால்	நலம் புனைந்து உரைத்தல்
மூங்கில்	*1272*	காமத்துப்பால்	குறிப்பு அறிவுறுத்தல்
நெருஞ்சிமுள்	*1120*	காமத்துப்பால்	நலம் புனைந்து உரைத்தல்
பசும்புல்	*16*	அறத்துப்பால்	வான் சிறப்பு
முள் மரம்	*897*	பொருட்பால்	பகைத்திறம் தெரிதல்

விலங்கியல்

விலங்கியல் (*Zoology*) விலங்குகளை பற்றிய ஆய்வை மேற்கொள்ளும் உயிரியல் பகுதி ஆகும். இதில் விலங்குகளின் அமைப்பு, செயல்பாடு, பழக்கவழக்கம், பரிணாம வளர்ச்சி மற்றும் சுற்றுச்சூழலுடன் கொண்டுள்ள தொடர்பு ஆகியவை அடங்கும். திருக்குறளில் விலங்கியல் தொடர்பான செய்திகளைக் காண்போம்

குறள் எண் : 969

பால் : பொருட்பால்

அதிகாரம் : மானம்

"மயிர்நீப்பின் வாழாக் கவரிமா அன்னார்

உயிர்நீப்பர் மானம் வரின்."

பொருள் : தன் உடம்பிலிருந்து மயிர் நீங்கினால் உயிர்வாழாத கவரிமானைப் போன்றவர் மானம் அழிய நேர்ந்தால் உயிரை விட்டுவிடுவர்.

கவரிமானின் உடம்பிலிருந்து முடியாதது நீக்கப்பட்டால் உயிர் பிரியக் காரணம் என்ன?

முதலில் கவரிமான் என்பது மான் வகை அல்ல அது ஒரு மாடு வகை உயிரினம். கவரிமான் எனப்படும் உயிரினம் மத்திய ஆசியக் கண்டத்திலும் அதிக அளவில் பனிப் பொழியக்கூடிய இமயமலை போன்ற இடங்களிலும் வாழும் ஓர் உயிரினம். கவரிமான் தன் உடம்பில் அதிக அளவிலான முடிகளைக் கொண்டிருக்கும். அந்த முடியானது கவரிமானைக் குளிர் காலங்களில் கதகதப்பாக வைத்திருக்க உதவுகின்றது. அறிவியல் பூர்வமாகக் கவரிமான் மீது நிகழ்த்தப்பட்ட ஆய்வு ஒன்றில், கவரிமான் காலத்திற்கு ஏற்ப மூன்று வகையான பருவ மாற்றத்தை மேற்கொள்ளும்.

அவை,

1. வளர்ச்சி காலம்

2. உதிர்வு காலம்

3. ஓய்வுக் காலம்

பெரும்பான்மையாகக் குளிர் பிரதேசங்களில் வாழும் உயிரினங்கள் தங்களைக் குளிரிலிருந்து காத்துக் கொள்ளக் கம்பளி போன்ற உடல் அமைப்பு பெற்று இருக்கும். அதுபோல கவரிமானும் தன்னுடைய உடம்பில் கம்பளி போன்ற முடி அமைப்பினைக் கொண்டு இருக்கும். இந்த முடியானது குளிர் காலத்தில் உச்சக்கட்ட வளர்ச்சியைப்

பெற்று அதனைக் கதகதப்பாக வைத்துக் கொள்ள உதவுகின்றது. பின்னர் வெப்பநிலை அதிகரிக்கும் பொழுது இயற்கையாகவே முடி உதிர்ந்து அந்தக் காலகட்டத்திற்கு ஏற்றது போல வெப்பத்தை எதிர்கொள்ள மாறிவிடுகிறது. இவ்வாறு வெப்பநிலையை அடிப்படையாகவும், காலம் மாற்றத்தை அடிப்படையாகவும் கொண்டு கவரிமானின் முடி வளர்ச்சி மற்றும் உதிர்வு அடையும்.

சில சமயங்களில் சில நோயினால் ஏற்படக்கூடிய விளைவாக அதிக அளவிலான முடி உதிர்வு ஏற்படும். இந்த வகையான நோய் பனிக்காலங்களில் ஏற்படும் போது தன்னை சுற்றுச்சூழலிலிருந்து காத்துக் கொள்ள முடியாமல் கவரிமான் இறந்து போகக்கூடும். அதேபோல் வெயில் காலங்களில் முடி உதிர்வு ஏற்படவில்லை என்றால் அதிக வெப்பத்தினால் இறந்து போகக்கூடிய வாய்ப்புகளும் உண்டு. இவ்வாறு, தன்னுடைய உடம்பிலிருந்து முடி நீங்கினால் கவரிமான் உயிர் வாழாது என்று வள்ளுவர் கூறியிருக்கலாம்.

இங்கு மனிதர்கள் பெரும்பான்மையாகக் கவரிமானின் முடியைக் கம்பளி போன்ற பொருட்களைச் செய்யச் செயற்கையாகக் கவரிமானின் உடலிலிருந்து முடியை நீக்குகின்றனர். ஒருவேளை குளிர்காலங்களில் கவரிமானின் முடியை நீக்கி இருந்தால் நிச்சயமாகக் குளிர் தாங்க முடியாமல் கவரிமான் இறந்திருக்கக் கூடும். இதனையும் வள்ளுவர் கூறியிருக்கலாம்.

மேலும், தமிழகத்தில் வாழ்ந்த வள்ளுவர் பனிப் பிரதேசத்தில் வாழும் உயிரினத்தை பற்றி எவ்வாறு அறிந்திருக்க முடியும் என்ற ஆச்சரியமும் இங்குக் காணலாம்.

குறள் எண் : 77

பால் : அறத்துப்பால்

அதிகாரம் : அன்புடைமை

என்பி லதனை வெயில்போலக் காயுமே

அன்பி லதனை அறம் (77)

பொருள் : எலும்பு இல்லாத உடம்போடு வாழும் புழுவை வெயில் காய்ந்து வருத்துவது போல் அன்பு இல்லாத உயிரை அறம் வருத்தும்.

மிகச்சிறிய உருவங்களைக் கொண்ட பூச்சி வகைகளில் புழுவும் ஒன்று அவ்வாறு இருக்க அந்தப் புழு தன் உடம்பில் எலும்புகள் எதனையும் கொண்டிருக்கவில்லை என்பதனை வள்ளுவர் இக்குறட்பாவில் உவமை யாக குறிப்பிடுகின்றார்.

இங்கு இரண்டு அறிவியல் செய்திகளை நாம் காணலாம்,

1. எலும்பு இல்லாத உடம்போடு வாழும் புழு.

2. புழுவை வெயில் காய்ந்து வருத்தும்.

இந்த இரண்டு வரிகளுக்குமான அறிவியல் விளக்கத்தைப் புரிந்து கொள்ளலாம்.

எலும்பு இல்லாத உடம்போடு வாழும் புழு:

பல வகையான புழுக்கள் இந்த உலகில் வாழ்கின்றது, அந்தப் புழுக்களுக்கு உடலில் எலும்பு இல்லை என்பதனை இக்குரல் கூறுகின்றது. இன்றைய அறிவியல் ஆய்வின்படி புழுக்களுக்கு உடலில் எந்த வகையான எலும்பும் இல்லை என்பதும், எலும்பிற்கு மாறாகப் புழுக்கள் தங்களுடைய உடலில் ஒருவகையான திரவத்தினைக் கொண்டு இருக்கும் என்பதும். அந்தத் திரவத்தின் உதவியோடு தன்னுடைய உடலில் உள்ள பகுதிகளைக் கடினமாகவும் இலேசாகவும் மாற்றி உடலை விரித்தும் சுருக்கியும் நகரும் என்றும், புழுவின் உடல் மூன்று பகுதிகளாக இருக்கும் என்றும், அதனால் எளிமையாக உடலை வளைத்துக் கொள்ள முடியும் என்றும் கண்டுபிடித்துள்ளனர். இருபதாம் நூற்றாண்டில்

லண்டனைச் சார்ந்த உயிரியல் ஆய்வாளர்கள் புழுவிற்கான உயிரியல் ஆய்வுகளில் குழு எந்த வகையான எலும்பையும் தன் உடம்பு கொண்டு இருக்கவில்லை என்பதனை கண்டறிகின்றனர்.

புழுவை வெயில் காய்ந்து வருத்தும் :

புழுக்கள் சூரிய ஒளியில் நேரடியாகத் தன்னுடைய உடலைக் காட்டும் பொழுது, சூரிய ஒளியில் இருக்கும் கதிர்கள் புழுவின் உடலை வருத்தக் கூடும். குறிப்பாக ஒரு புழுவானது மூன்று மணி நேரத்திற்குமேல் சூரிய ஒளியை எதிர்கொண்டால், சூரியனிலிருந்து வரும் புற ஊதா கதிர்கள் (), புழுக்களைத் துன்பப்படுத்தக் கூடும். இதன் வழி வள்ளுவர் காலத்தில் புழுக்களும் எவ்வளவு கவனிப்போடு இருந்தது என்று நாம் உணரலாம்.

விலங்கியல் சார்ந்து குறள்களில் குறிப்பிடப்பட்டுள்ள பிற சொற்கள் (பறவைகள்)		
பறவைகள்	எண்	விளக்கம்
காகம்	527	சமூகமயமாகவும், தானமாகவும் இருக்கும்
மயில்	1081	அழகானது
கோழி	490	பொறுமையானது
ஆந்தை	481	இரவுச் சிறகு கொண்டது
சிறகொன்றை விட்டு பறக்கும் பறவை	35	ஆன்மா உடலை விட்டு புறப்படும் நிகழ்வை நினைவூட்டும்

விலங்கியல் சார்ந்து குறள்களில் குறிப்பிடப்பட்டுள்ள பிற சொற்கள் (விலங்கு)		
விலங்கு	**எண்**	**விளக்கம்**
யானை	500, 597, 599, 774, 1087	மரியாதைக்குரியது
சிங்கம்	381	மிகுந்தமகத்துவம்
காளை	59	பெருமித நடை
புலி	273, 599	கடுமையானது
பசு	1066	அமைதியானது
மாடு	486	கடுமையானது
நரிக்குத் திசை	500	சூழ்ச்சி மிக்கது
எலி	763	கோழையானது

விலங்கியல் சார்ந்து குறள்களில் குறிப்பிடப்பட்டுள்ள பிற சொற்கள் (சரிசிரிப்பான்கள்)		
சரிசிரிப்பான்கள்	**எண்**	**விளக்கம்**
பாம்பு	763	சிவண்டும் (சத்தம் செய்கிறது)
ஆமை	126	எச்சரிக்கையானது
முதலை	495	பலமானது

மருத்துவம்

திருக்குறளில் மருத்துவ (*Medicine*) அறிவியலுக்கு தொடர்பான பல திருக்குறள்கள் காணப்படுகின்றன. உடல் ஆரோக்கியம், உணவின் தன்மை, நோய் தடுப்பு முறைகள், மருத்துவரின் கடமை போன்ற பல்வேறு அம்சங்கள் இதில் உள்ளடக்கப்பட்டுள்ளன.

முதன்மை பிரிவுகள்

குறள் எண் : 950

பால் : பொருட்பால்

அதிகாரம் : மருந்து

"உற்றவன் தீர்ப்பான் மருந்துழைச் செல்வானென்

றப்பானாற் கூற்றே மருந்து."

பொருள் : நோயுற்றவன், நோய் தீர்க்கும் மருத்துவன், மருந்து, மருந்தை அங்கிருந்து கொடுப்பவன் என்று மருத்துவ முறை அந்த நான்குவகைப் பாகுபாடு உடையது.

மருத்துவத்தில் நான்கு முக்கிய தூண்களாக வள்ளுவர் கூறுவது,

1. நோயாளி (நோய் அல்லது நோயால் பாதிக்கப்பட்டவர்)

2. மருத்துவர் (நோயாளியைச் சரியாகப் பகுப்பாய்வ செய்வதில் நிபுணத்துவம் பெற்றவர்)

3. மருந்து (குணப்படுத்துவதற்கான பொருட்கள்)

4. மருந்தைக் கொடுப்பவர் (மருந்துப் பொருட்களைச் சரியான அளவில் கலந்து நோயாளிக்குக் கொடுக்கும் நபர்)

இந்த நான்கு பிரிவுகளும் மருத்துவத்தின் முக்கியம் என்றும், நவீன மருத்துவத்திலும் சித்த மருத்துவத்திலும் இதைவிட அதிகமான பிரிவுகளை இன்று கொண்டுள்ளது. இருப்பினும் முதன்மை பிரிவுகளாக இங்குக் கூறப்பட்டுள்ள நான்கும் விளங்குகிறது.

நோய்க்கு மருந்து – மருத்துவரின் கடமை

குறள் எண் : *941*

பால் : பொருட்பால்

அதிகாரம் : மருந்து

"மிகினும் குறையினும் நோய்செய்யும் நூலோர்

வளிமுதலா எண்ணிய மூன்று."

பொருள் : மருத்துவ நூலோர் வாதம் பித்தம் சிலேத்துமம் என எண்ணிய மூன்று அளவுக்கு மிகுந்தாலும் குறைந்தாலும் நோய் உண்டாகும்.

இந்தக் குறள் உடலின் மூன்று அடிப்படைக் கூறுகளை (தொகுதிகளை) பற்றிக் கூறுகிறது :

வாதம் (காற்று - காற்றியல் சக்தி) :

ஆக்ஸிஜன் மற்றும் நரம்பு மண்டலம், வாதம் உடலின் இயக்கம், இரத்த ஓட்டம் மற்றும் செரிமான இயக்கங்களை ஒழுங்குபடுத்தும். மிகுதி ஏற்பட்டால் உலர்ச்சி, மூட்டு வலி, பதற்றம், மலச்சிக்கல் போன்ற பிரச்சினைகள் ஏற்படும். குறைவு ஏற்பட்டால் நெகிழ்வின்மை, இரத்த ஓட்டக் குறைவு, மனச்சோர்வு ஏற்படும்.

பித்தம் (நீர் - தீ சக்தி) :

செரிமான நீரிழிவு மற்றும் உடல் வெப்பம். செரிமானம், மாற்றச்செயல்முறை (மெடபொலிசம்), மற்றும் உடல் வெப்பத்தைக் கட்டுப்படுத்தும். மிகை ஏற்பட்டால் அமிலத்தன்மை, புண், சினம், தோல் நோய்கள் ஏற்படும். குறைவு ஏற்பட்டால் மந்தமான செரிமானம், பலவீனம், ஆற்றலின்மை உண்டாகும்.

கபம் (நுண்ணீரிழிவு - நீர் சக்தி) :

உடல் திரவங்கள் மற்றும் நோய் எதிர்ப்புச் சக்தி, உடலில் ஈரப்பதம், நோய் எதிர்ப்பு சக்தி மற்றும் உறுதியை வழங்கும். மிகுதி ஏற்பட்டால் அரிப்பு, மூக்கடைப்பு, உடல்

பருமன், சோம்பல் ஏற்படும். குறைவு ஏற்பட்டால் உடல் நீர்ச்சோர்வு, பலவீனம், நோய் எதிர்ப்புச் சக்தி குறைவு உண்டாகும்.

நவீன மருத்துவ நோக்கில் :

- ஆக்ஸிஜன் (காற்று), பித்த நீர், மற்றும் கபம் (நுண்ணீரிழிவு/இம்யூன் அமைப்பு) ஆகியவற்றின் சமநிலை உடல் நலத்திற்குத் தேவையானவை.

- இவை சமநிலையயற்றால் ஈழைநோய் (கபம் அதிகம்), அமிலத்தன்மை (பித்தம் அதிகம்), மலச்சிக்கல் (வாதக் குறைவு) போன்ற நோய்கள் ஏற்படும்.

- சரியான உணவு, உடற்பயிற்சி, மற்றும் நீர் அருந்துதல் மூலமாக இந்த மூன்று கூறுகளையும் சமநிலையில் வைத்துக் கொள்ளலாம்.

அதாவது, திருவள்ளுவர் உடல் இயங்கும் முறையின் சமநிலையை (Homeostasis) முக்கியமாகக் கூறியுள்ளார், இது நவீன மருத்துவ அறிவியலுடனும் ஒத்துப்போகிறது.

குறள் எண் : *948*

பால் : பொருட்பால்

அதிகாரம் : மருந்து

"நோய்நாடி நோய்முதல் நாடி அதுதணிக்கும்

வாய்நாடி வாய்ப்பச் செயல்."

பொருள் : நோய் இன்னதென்று ஆராய்ந்து, நோயின் காரணம் ஆராய்ந்து, அதைத் தணிக்கும் வழியையும் ஆராய்ந்து, உடலுக்குப் பொருந்தும் படியாகச் செய்யவேண்டும்.

ஒரு நோயாளியைக் குணப்படுத்த வேண்டும் என்றால் முதலில் அவருக்கு என்ன நோய் என்பதனை ஆராய்ந்து கண்டுபிடிக்க வேண்டும் என்றும் அந்த நோய் உருவாகக் காரணம் (*cause of a disease*) என்ன என்றும், அந்த நோயால் ஏற்படக்கூடிய விளைவுகள் (*sign and symptoms*) என்னவென்று பின்னரே அந்த நோய்க்குத் தேவையான மருந்தினை (*drug and therapy*) மருத்துவர் வழங்க வேண்டும் என்று இக்குறள் கூறுகின்றது.

இந்த முறை பெரும்பான்மையாக இன்றளவும் ஆயுர்வேதம் மற்றும் சித்த மருத்துவத்தில் பயன்படுத்தப்படுகிறது. நவீன மருத்துவத்திலும் இதே முறை பயன்பாட்டில் உள்ளது. நாடி என்றால் துடிப்பு என்று பொருள், திருமூலர் நாடி என்ற வார்த்தையைத் துடிப்பு என்று பயன்படுத்துகிறார், இங்கே அது வேறுபட்டது.

குறள் எண் : *129*

பால் : *அறத்துப்பால்*

அதிகாரம் : *அடக்கம் உடைமை*

"தீயினாற் சுட்டபுண் உள்ளாறும் ஆறாதே

நாவினாற் சுட்ட வடு."

பொருள் : தீயினால் சுட்ட புண் புறத்தே வடு இருந்தாலும் உள்ளே ஆறிவிடும்; ஆனால் நாவினால் தீய சொல் கூறிச் சுடும் வடு என்றும் ஆறாது.

ஒரு மனிதனுக்குத் தீயினால் ஏற்பட்ட காயம் தோளின் மேல் வடுவாக அமைந்திருந்தாலும் தோலின் உள்ளே காயம் ஆறி இருக்க வேண்டும் என்று இக்குறள் தீக்காயத்தை உவமையாக கூறுகின்றது. இதனை இன்று உள்ள மருத்துவத்துடன் ஒப்பிடும் பொழுது இன்று உள்ள மருத்துவம் தீக்காயத்தை நான்கு கட்டங்களாகப் பிரித்து உள்ளது அதில் முதல் மூன்று கட்டங்கள் இக்குறட்பாவில் கூறுவதுபோல புறத்தே வடு இருப்பினும் தோலின் உள்ளே உள்ள காயம் ஆறிவிடும் என்பதனை கூறுகின்றது இவ்வாறான செய்திகள் நவீன மருத்துவத்தின் வழி என்று நமக்குத் தெரிகின்றது இருப்பினும் வள்ளுவர் காலத்தில் இவை அனைத்தையும் மக்கள் அறிந்து கொண்டிருந்தனர் என்பது வியப்பை ஏற்படுத்துகின்றது.

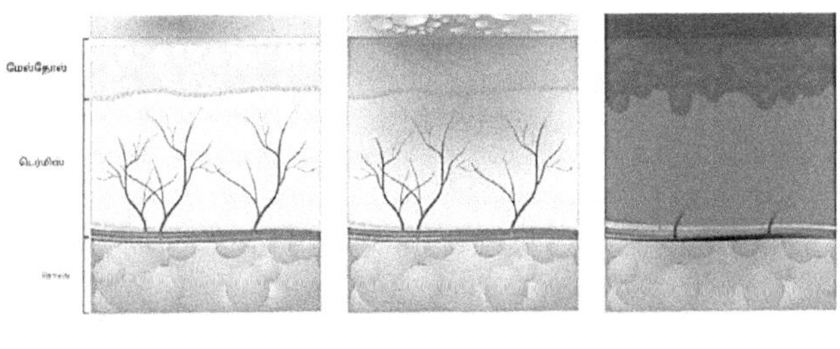

14 தீ க்காயம் - மூன்று கட்டங்கள்

குறள் எண் : *949*

பால் : பொருட்பால்

அதிகாரம் : மருந்து

> "உற்றான் அளவும் பிணியளவும் காலமும்
> கற்றான் கருதிச் செயல்."

பொருள் : மருத்துவ நூலைக் கற்றவன், நோயுற்றவனுடைய வயது முதலியவற்றையும், நோயின் அளவையும், காலத்தையும் ஆராய்ந்து செய்ய வேண்டும்.

நன்றாக மருத்துவம் கற்ற ஒரு மருத்துவர், ஒரு நபருக்கு ஏற்பட்ட நோயின் தன்மையை நன்கு அறிவது மட்டுமில்லாமல் அந்த நோய் உண்டான காரணம் மற்றும் சுற்றுச்சூழலையும் நன்கு ஆய்ந்து அதற்கு ஏற்ற செயலைச் செய்தல் வேண்டும்.

சான்றாக இன்று ஏற்படக்கூடிய நோய்களுள் பரவும் தன்மையுடைய நோய்களுக்குச் சமூகமும் சேர்ந்து ஒத்துழைத்தால் மட்டுமே குணமடையும் அதுபோல அக்காலகட்டத்திலும் இருந்திருக்கக் கூடும்.

திருக்குறளில் உள்ள மருத்துவ அறிவியலின் நவீன பயன்பாடுகள் :

1. **நோய்கள் தடுப்பது சிறந்த மருத்துவம்** – தடுப்பூசிகள், நோய் பரவலைத் தடுக்க முன்னெடுக்கப்பட்ட நடவடிக்கைகள்.

2. **மனநல மருத்துவம்** – மன அழுத்தம், கவலை, பதட்டம் போன்றவை உடல் நலத்தைக் குறைக்கும் என்பதன் அறிவியல் ஆதாரம்.

3. **உணவுமுறை மற்றும் ஆரோக்கியம்** – சரியான உணவுமுறைகள்

பின்பற்றினால் நோய்கள் குறையும்.

மருத்துவ முறைகளில் தத்துவம் – ஒரு மருத்துவர் நோயாளிக்கு பரிசோதனை செய்து, நோயை முறையாகக் குணப்படுத்த வேண்டும்.

உணவு முறையின் முக்கியத்துவம் – மருத்துவ பார்வையில்

குறள் எண்	மருத்துவக் கருத்து
942	சரியான செரிமானத்திற்குப் பிறகு மட்டுமே உணவருந்தினால், உடல் நோயற்றதாக இருக்கும்.
943	அளவுக்கு மீறாமல் உண்பது நீண்ட ஆயுளுக்குத் தேவையான வழிமுறையாகும்.
944	உடல் சகித்த உணவுகளை பசியுடன் உட்கொள்வது செரிமானத்தை மேம்படுத்தும்.
945	ஒழுங்கான உணவு முறையைப் பின்பற்றினால் நோய்கள் குறையும்.
946	அளவுக்கு அதிகமான உணவு உடலுக்கு பெரும் பாதிப்பை ஏற்படுத்தும்.
947	அதிக உணவு உட்கொள்ளுதல் மடகச் செயல்களை (metabolic disorders) உருவாக்கும்

வேளாண் அறிவியல்

இவ்வுலகில் மனிதர்களால் கண்டறியப்பட்ட மிகச் சிறந்த ஒர் அறிவியல் கண்டுபிடிப்பு வேளாண்மை (Agriculture). மனிதன் வாழ்வதற்கு மிகவும் அவசியமாக உள்ளது உணவு. அதை மனிதனே உற்பத்தி செய்வது மனிதர்களின் வளர்ச்சியைக் காட்டுகிறது. இவ்வாறு இருக்க வேளாண் தொழிலில் இன்றியமையாமையை உணர்த்தும் வகையில் வள்ளுவர் உழவு என்னும் தலைப்பில் ஒர் அதிகாரத்தினைக் கூறியுள்ளார், அதில் உள்ள சில வேளாண் அறிவியல் செய்திகளைக் காண்போம்.

வள்ளுவர் தனது குறள்களில் கூறியுள்ள வேளாண்மை பற்றிய செய்திகளை எளிமையாகப் புரிந்து கொள்வதற்கு வேளானில் இடம் பெற்றுள்ள முக்கிய செயல்பாடுகளைக் காணலாம்.

உழுதல் :

வேளாண்மையில் முதல் பகுதியாக இருப்பது உழுதல், பயிரை விதைப்பதற்கு முன்னால் நிலமானது தகுந்த தன்மையில் இருத்தல் வேண்டும், அதற்கு ஏர் அல்லது கலப்பை கொண்டு நிலத்தை உழுவது வழக்கம், இதன் வழி நிலத்தைப் பதப்படுத்துதல் நிலத்தில் உள்ள மணலினைத் தளர்வாக வைக்கவும், கீழே இருக்கும் வெப்பத்தினை மேலே கொண்டு செல்லவும் மேல் இருக்கும் மணலைக் கீழ் கொண்டு செல்லவும் பயன்படுத்தப்படுகிறது.

உழுதலுக்குப் பயன்படுத்தப்படும் ஏர் அல்லது கலப்பை மனிதர்களால் மாடுகள், குதிரைகள், சில சமயங்களில் யானைகளின் உதவியோடு பயன்படுத்தப்படுகிறது. மேலும் நவீன இயந்திரங்களும் பயன்படுத்தப்படுகின்றன. கலப்பை பெரும்பாலும் மரத்தால் செய்யப்பட்டது கூர்மையான முனை ஒரு பக்கம் கைப்பிடி மற்றொரு பக்கம் அமைந்திருக்கும்.

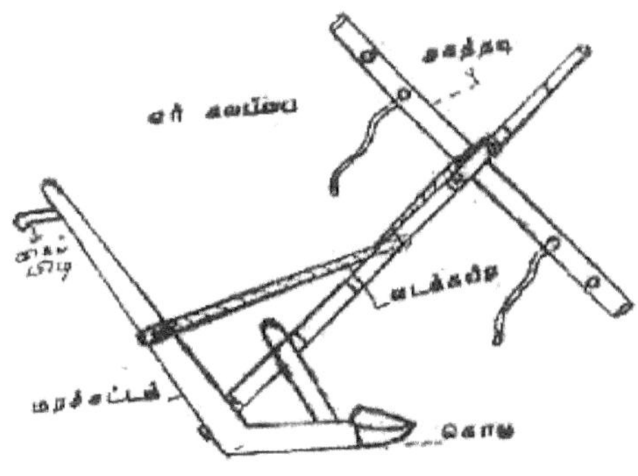

15 ஏர் கலப்பை

16 நிலத்தை உழுதல்

விதைத்தல் :

நிலத்தினை உழுத பின்னர் தேவைப்படும் பயிர்களுக்கான விதையினை நிலத்தில் நடுவது விதைத்தல் ஆகும். இதில் பயன்படுத்தும் விதைகளைச் சுத்தம் செய்து, பின்னர் எந்த வகையிலான பாதிப்பும் இல்லாத விதைகளைத் தேர்ந்தெடுத்து, அந்த விதைகளைப் பயிருக்கு ஏற்றது போல் நீரில் பல மணி நேரம் ஊறவைத்து பின்னர் விதைக்கப்படுகின்றது. விதைகளுக்கு ஏற்றது போல இந்தச் செயல்முறை மாறும்.

17 விதைத்தல்

நீர்ப்பாசனம் :

நீர்ப்பாசனம் என்பது பயிர்களுக்குத் தேவையான நேரங்களில் தேவையான அளவிலான நீரினைப் பாய்ச்சுதல் ஆகும். சரியான அளவிலான நீரினைப் பயிர்களுக்கு வழங்குவது மூலம் பயிர்களைச் சிறப்பான முறையில் வளர்க்க முடியும். சரியான நீர்ப் பாசனம் வழி பயிர்களுக்குத் தேவைப்படும் ஊட்டச்சத்துக்கள் வழங்கப்படுகின்றது. நீர்ப்பாசனம் கிணறுகள், குளங்கள், ஏரிகள், கால்வாய்கள், அணைகள் போன்றவற்றின் உதவியுடன் விளைநிலங்களுக்கு வழங்கப்படுகின்றது. சரியான ஈரப்பதத்தினைப் பயிர்களுக்கு வழங்க நீர்ப் பாசனம் உதவுகின்றது.

தாவரங்களைப் பாதுகாத்தால் :

தாவரங்களைப் பாதுகாப்பது வேளாண்மையில் மிகவும் அவசியமானது ஏனெனில் தாவரங்கள் தாவர நோய்களால் பாதிக்கப்படுவது மட்டுமல்லாமல், களைகள், பூச்சிகள் போன்ற பிற பாதிப்புகளையும் கொண்டுள்ளது. இந்தப் பாதிப்புகள் தாவரங்களை எளிமையாகக் கொன்றுவிடும். இவை மட்டுமின்றி தாவரங்களுக்கு நோயினை உண்டாக்கும் தன்மை கொண்ட எலிகள், பூச்சிகள் மற்றும் பறவைகள் இடமிருந்து தாவரங்களைப் பாதுகாப்பது மிகவும் அவசியமானது. வேளாண்மையில் தாவரங்களைப் பாதுகாப்பதின் முக்கியத்துவத்தினை உழவர்கள்

அறிந்திருக்கின்றனர் அவர்கள் பலவகையிலான பாதுகாப்பு நெறிகளைப் பின்பற்றி வருகின்றனர்.

அறுவடை :

அறுவடை என்பதற்குச் சேகரித்தல் என்பது பொருள், விளைந்த பயிர்களைச் சேகரிப்பதே வேளாண்மையில் அறுவடை எனப்படுகிறது. சரியான நேரத்திலும் சரியான வழியிலும் அறுவடை மேற்கொண்டால் தானிய அளவு அதிகரித்து தானியம் மணி இழப்பு மற்றும் தரம் குறையாமல் தடுக்க முடியும். அறுவடைக்கு ஏறத்தாழ மூன்று மாதங்கள் பயிர்கள் வளர்ச்சி அடைதல் வேண்டும், ஒவ்வொரு விலைப் பயிர்களுக்கும் வெவ்வேறு அம்சங்கள் பயிரினை அறுவடை செய்ய உதவுகிறது. சான்றாக, நெல் மணிகள் பழுக்க முதிர்ச்சி அடையத் தொடங்கி, மேல்பகுதி உதிருதல், செடியின் தண்டு மஞ்சளாகுதல் மற்றும் வயலில் இருக்கும் நீர் வடிந்து விடுதல் ஆகியவை நெல் அறுவடை மேற்கொள்வதற்கான காலத்தைக் குறிக்கும் அறிகுறிகள் ஆகும். அறுவடை பெரும்பான்மையாக இரண்டு வகைகளில் மேற்கொள்ளப்படுகிறது ஒன்று கைவினை அறுவடை மற்றொன்று இயந்திர அறுவடை.

18 அறுவடை செய்தல்

சேமிப்பு :

அறுவடை செய்த பயிர்களை ஒரு குறிப்பிட்ட அளவில் பாதுகாப்பான இடத்தில் வைப்பது சேமித்தல் எனப்படும். எந்த வகையான தீங்கும் இல்லாமல் பயிர்களைப் பாதுகாப்பாக வைப்பது அவசியமானது. பூச்சிகள், எலிகள் போன்றவை பயிர்களைத் தீண்டக்கூடும். இது மட்டும் இன்றி வானிலை மாற்றத்திலிருந்தும் மழையிலிருந்தும் பயிர்களைக் காப்பதும் அவசியம் ஏனெனில் மழையில் பயிர்கள் நிறைந்தால் சில சமயங்களில், ஈரத்தன்மையினால் அழுகிவிடக்கூடும் அஃது யாருக்கும் பயன் தராது. வருடம் தோறும் எந்த விதமான தட்டுப்பாடும் இல்லாமல் உணவு வழங்குவதற்குச் சேமிப்பு முக்கியம்.

19 சேமித்தல்

மேல் கூரியச் செயல்முறைகள் அனைத்தும், ஒவ்வொரு பயிருக்கு ஏற்றது போல மாற்றங்களைக் கொண்டிருக்கும்.

குறள் எண் : *1037*

பால் : பொருட்பால்

அதிகாரம் : உழவு

"தொடிப்புழுதி கஃசா உணக்கின் பிடித்தெருவும்

வேண்டாது சாலப் படும்."

பொருள் : ஒரு பலம் புழுதிக் கால் பலம் ஆகும்படி உழுது காயவிட்டால், ஒரு பிடி எருவும் இடவேண்டாமல் அந்நிலத்தில் பயிர் செலுத்திச் செழித்து விளையும்.

விளைநிலங்களில் பரவக்கூடிய தூசியினை, ஒரு பகுதியிலிருந்து கால் பகுதியாகக் குறையும் வரை உழுதல் வேண்டும். அதாவது இங்குக் கூறப்பட்டுள்ள **கஃசா** எனப்படுவது ஒரு கால் பலம் (1/4) என்பதாகும், நான்கு கஃசா சேர்ந்தால் ஒரு பலம் என்று புரிந்து கொள்ளலாம், ஒரு பலம் என்பது ஏறத்தாழ நாற்பது கிராம் எனக் கூறப்படுகிறது.

இவ்வாறு விளைநிலத்தில் உள்ள தூசியினைக் குறையும் அளவிற்கு உழுதல் செய்து, பின்னர் நன்கு காய விட்டால் விளைநிலத்திற்கு எந்த வகையான எருவும் பயன்படுத்தத் தேவையில்லை. அந்நிலத்தில் எந்தப் பயிராக இருந்தாலும் மிகவும் செழித்து வளரும் என்று கூறுகிறார். இக்குறள் வேளாண்மையில் முதல் செயலான உழுதலில் உள்ள ஒரு முறையைக் கூறுகிறது.

குறள் எண் : *1038*

பால் : பொருட்பால்

அதிகாரம் : உழவு

"ஏரினும் நன்றால் எருவிடுதல் கட்டபின்

நீரினும் நன்றதன் காப்பு."

பொருள் : ஏர் உழுதலை விட எரு இடுதல் நல்லது, இந்த இரண்டும் சேர்ந்து களை நீக்கிய பின், நீர் பாய்ச்சுதலை விடக் காவல்காத்தல் நல்லது.

விளைநிலத்தில் ஏறுதலை விட, எரு இடுதல் சிறந்தது இவ்வாறு இருக்க முறையாக ஏறும், நன்றாக உழுது பயிரை வளர்க்க வேண்டும். அது மட்டுமில்லாமல், இடையிடையே முளைக்கக் கூடிய **களைகளை** (தேவையற்ற செடிகள்) நீக்குதல் வேண்டும், பின்னர் நீர் பாய்ச்சுதல் வேண்டும், நீர் பாய்ச்சுவதை விடச் சிறந்தது பயிர்களை எந்தவிதமான துன்பமும் இன்றி நன்றாகக் காவல் காப்பது.

மேல் கூறிய இரண்டு குறள்களும் முரணான கருத்துக்களைக் கூறுகின்றன,

இன்றைய அறிவியலின்படி ஏறு இடுதலை விட நிலத்தினை உழுதல் மிகவும் சிறந்ததாகக் கருதப்படுகிறது, ஏனெனில் நிலத்தில் சிறிது ஆழம் மண்ணை சுழற்சி செய்தால் இயற்கையாக மணலில் உள்ள சத்துக்கள் பயிர்களைச் சென்று சேரும். இவ்வாறு மணலில் உள்ள சத்துக்களை நேரடியாகப் பயிர்களுக்குச் சென்று சேர்வதன் வழி பயிர்கள் நன்றாக வளரும் என்று கூறுகின்றனர். ஆனால் அனைத்து விளைநிலங்களிலும் பயிர்களுக்குத் தேவைப்படும் சத்துக்கள் இல்லை. அவ்வாறு விளைநிலங்களில் உள்ள மணலின் சத்துக்கள் குறைவாக இருந்தால் எவ்வளவு காலம் உழுதாலும் பயிர்களுக்குத் தேவைப்படும் வளர்ச்சி கிடைக்காது, அச்சமயத்தில் எருவிடுதல் அவசியமாகக் கருதப்படுகிறது அவ்வாறு எருவிடுதலின் பொழுது தேவையற்ற களைகளை

நீக்கி பின்னர் நீர் பாய்ச்சுதலை விடக் காவல் காத்தல் அவசியமாகக் கருதப்படுகிறது. வள்ளுவர் கூறிய இரண்டு குறள்களும் சரியான வேளாண் கருத்துகளைக் கூறுகின்றது.

உழவுத் தொழிலின் முக்கியத்துவத்தை கூறும் குறல்களின் பட்டியல்		
குறள் எண்	பால்	அதிகாரம்
1032		
1033		உழவு
1034	பொருட்பால்	
550		செங்கோன்மை
1147	காமத்துப்பால்	அலர் அறிவுறுத்தல்

முடிவுரை

"வள்ளுவர் காலத்து விஞ்ஞானம்" என்பது தமிழ் இலக்கியம் மற்றும் அறிவியல் இடையே உள்ள உறவை விளக்கும் ஒரு முக்கியமான ஆய்வாகும். சங்க காலத் தமிழ்ச் சமூகம் அறிவியல் உண்மைகளை எவ்வாறு புரிந்துகொண்டு அவற்றைத் தங்கள் இலக்கியத்தில் வெளிப்படுத்தியது என்பதையும், திருக்குறளில் உள்ள அறிவியல் நுட்பங்களை நவீன அறிவியலோடு ஒப்பிட்டுப் பொருத்திப் புரிந்து கொள்ள முயல்கிறது.

சங்க இலக்கியங்கள், குறிப்பாகத் திருக்குறள், அறநூலாக மட்டுமல்லாமல், அதில் உள்ள அறிவியல் சிந்தனைகளையும் வெளிக்கொணர்கின்றன. இயற்பியல், வேதியியல், புவியியல், உயிரியல், விண்வெளி அறிவியல் போன்ற பல்வேறு துறைகளின் அடிப்படையில் சங்க காலத் தமிழர்கள் அறிவியலைப் புரிந்துகொண்ட விதம் இந்த நூலில் அலசப்பட்டுள்ளது. உலகம் சுழல்கிறது, நீரின் நிலைமாற்றங்கள், உயிர்களின் பரிணாம வளர்ச்சி போன்ற அறிவியல் உண்மைகள் பல நூற்றாண்டுகளுக்கு முன்பே திருக்குறளில் குறிக்கப்படக் கூடும் என்பதற்கு இதில் ஆதாரங்களை வழங்குகிறது.

தமிழர்கள் அறிவியலை உணர்ந்து பயன்படுத்திய விதம் அவர்களின் இலக்கியத்திலும், வாழ்வியலிலும், தொழில்நுட்ப முன்னேற்றத்திலும் பிரதிபலிக்கிறது. சங்க காலத்தில் மருத்துவம், வேளாண்மை, வானியல், வேதியியல் போன்ற துறைகள் வளர்ந்திருப்பதை இலக்கிய ஆதாரங்கள் மூலம் விளக்கலாம். அவை முழுமையாக அறிவியல் கோட்பாடுகளாக மாறியிருக்காது என்றாலும், அத்தகைய ஆழ்ந்த சிந்தனைகளைத்தமது வாழ்வியல் அனுபவங்களாகத் தமிழர்கள் அடைந்திருந்தனர்.

இந்நூல், தமிழ் இலக்கியத்தில் அறிவியல் கோட்பாடுகள் எவ்வாறு உள்ளடக்கப்பட்டுள்ளன என்பதைப் புரிந்துகொள்ள உதவுகிறது. மூட நம்பிக்கைகளை விலக்கி, அறிவியலை அடிப்படையாகக் கொண்டு சங்க இலக்கியங்களை ஆராய்வதன் மூலம், தமிழர்களின் அறிவியல் மரபை உலகறியச் செய்யும் ஒரு முயற்சியாகவும் இது விளங்குகிறது. இத்தகைய ஆய்வுகள் தொடர்ந்தால், தமிழ் மொழியின் அறிவியல் ஆழத்தை இன்னும் தெளிவாக எடுத்துக்காட்ட முடியும்.

முடிவாக, "வள்ளுவர் காலத்து விஞ்ஞானம்" தமிழ் இலக்கியத்தின் அறிவியல் அணுகுமுறையை விளக்கும் ஒரு முக்கிய முயற்சி. இது தொன்மையான தமிழ் நாகரிகம் அறிவியல் சிந்தனைகளைக் கொண்டிருந்ததற்கான சான்றாக அமைகிறது. இனி வருங்கால ஆய்வுகளில் சங்க இலக்கியங்களில் உள்ள அறிவியல் உண்மைகளை விரிவாக ஆய்வு செய்து, தமிழ் அறிவியல் பாரம்பரியத்தைக் கொண்டுசெல்ல வழிவகை செய்ய வேண்டும். திருக்குறளில் உள்ள அறிவியல் செய்திகளை விளக்குவது மட்டுமில்லாமல் அதற்குத் தொடர்புடைய நவீன அறிவியலையும் புரிந்து கொள்ளும் நோக்கில் இக்கட்டுரையானது அமைக்கப்பட்டுள்ளது

பயன்பட்ட சான்றாதாரங்கள்

1. **தமிழ்க் கலாசாரக் கழகம்.** தமிழில் அறிவியல் கருத்துகள். மெட்ராஸ், 1975.

2. **பாவோ, பி., மற்றும் மற்றவர்கள்.** "யாக் முடியின் பருவ வளர்ச்சி இயக்கவியல்." *BMC Genomics*, பாகம் 21, 2020, *https ://doi.org/10.1186/s12864-020-6725-7.*

3. **சாமோவிட்ஸ், டேனியல்.** ஒரு செடி என்ன அறிகிறது. மறுபரிசீலனை செய்யப்பட்ட பதிப்பு, பாரர், ஸ்ட்ராஸ் & கிரௌக், 2017.

4. **ஞானப்பிரகாசம், என். எஸ்.** "திருக்குறளில் அறிவியல்." இணையத் தமிழ் ஆய்விதழ், பாகம் 2, இலக்கம் 3, ஆக. 2017, பக். 30-39.

5. **ஜின்னா, எம். ஏ. டி, மற்றும் ஆர். ஆர். பிரபா.** "திருக்குறளின் வழியாகப் பொது சுகாதாரம்." பன்முகக் கல்வி ஆய்விதழ், பாகம் 9, இலக்கம் 12 (8), 2019, *https ://s3-ap-southeast1.amazonaws.com/ijmer/pdf/volume9/volume9-issue12 (8)/20.pdf.*

6. **மிஸ்ரா, ஆர். பி., மற்றும் மற்றவர்கள்.** "நிலத்தண்டி *(Metaphire posthuma)* மீது சூரிய UV கதிர்வீச்சின் தாக்கம்." *Ecotoxicology and Environmental Safety*, பாகம் 62, இலக்கம் 3, 2005, பக். 391-396, *https ://doi.org/10.1016/j.ecoenv.2004.11.008.*

7. **மோர்லாண்ட், ஜே. ஏ.** வறட்சி. யு.எஸ். புவியியல் ஆய்வு, அமெரிக்க உள்துறை துறை, 1993, *https ://doi.org/10.3133/ofr93642.*

8. **ராமலிங்கம், ஏ., மற்றும் ஜி. வேலுச்சாமி.** சங்க இலக்கியத்தில் மருத்துவ அறிவியல் கூறுகள். தேதி குறிப்பிடப்படவில்லை.

9. **திருநாவுக்கரசு, எம். எஸ்., மற்றும் எச். கபூர் சந்த்.** "திருக்குறளில் ஆயுர்வேதக் கருத்துகள்." *Journal of*

Traditional Medicine and Clinical Nature, பாகம் 6, 2017, பக். 231, https ://doi.org/10.4172/2573-4555.1000231.

10. **"நீர்ப்பாசனத் துணை நிலைகள் மற்றும் நிலத்தடி நீர்."** யு. எஸ். புவியியல் ஆய்வு, 16 அக். 2019, 23 பிப். 2024 அன்று மீட்டெடுக்கப்பட்டது, *https ://www.usgs.gov/special-topics/water-science-school/science/aquifers-and-groundwater.*

11. **டி.** *"நிறைபுள்ளி தராசுகளின் வரலாறு."* WEIGHTRU, 14 மார்ச் 2022, *https ://www.weightru.co.uk/history-of-weighing-scales/# :~ :text=The%20beam%20scale%20is%20thought,pivot%20point.*

12. **"மனிதனின் 5 உணர்வுச் சிறப்புகள் — மற்றும் நீங்கள் அறியாத சில கூடுதலானவை."** *Live Science, 10 ஜூன் 2024, https ://www.livescience.com/60752-human-senses.html.*

13. *MedicineNet.* "உணவு சாப்பிடாமல் இருந்தால் எவ்வளவு நேரம் உயிருடன் இருக்கலாம்?" தேதி குறிப்பிடப்படவில்லை, *https ://www.medicinenet.com/how_long_does_it_take_to_die_if_you _dont_eat/article.htm.*

14. *நாசா.* சந்திரன் இயக்கம் : நிலை மாற்றங்கள், கிரகணங்கள், சூப்பர்மூன்கள் — மேலோட்டம். தேதி குறிப்பிடப்படவில்லை, *https ://moon.nasa.gov/moon-in-motion/phases-eclipses-supermoons/overview/.*

15. *நாசா.* "நட்சத்திரங்கள் ஏன் தெளிவாக தெரியாமல் மின்னுகின்றன?" *நாசா, https ://www.nasa.gov.*

16. *நாசா புவி அவதானிப்பு.* "புவி இயக்கம் : அறிவியல் புரட்சியை உருவாக்கிய ஒரு யோசனை வரலாறு." தேதி குறிப்பிடப்படவில்லை, *https ://doi.org/JULY7.*

17. **தேசிய சமுத்திர மற்றும் வளிமண்டல நிர்வாகம் (NOAA).** தேசிய சமுத்திர மற்றும் வளிமண்டல நிர்வாகம். தேதி குறிப்பிடப்படவில்லை, *https ://www.noaa.gov/.*

18. *NIH.* "உடலின் ஆறாவது உணர்வு." தேசிய ஆராய்ச்சி நிறுவனம் (NIH), தேதி குறிப்பிடப்படவில்லை, *https ://irp.nih.gov/scibites/the-bodys-sixth-sense# :~*

:text=You've%20probably%20been%20taught,body%20parts%2 0are%20in%20space.

19. **வடக்கு கரோலினா சுற்றுச்சூழல் தரநிலைத் துறை.** *"ActAir : காற்று தரம் கண்காணிப்பு."* NC DEQ, தேதி குறிப்பிடப்படவில்லை, *https ://www.deq.nc.gov/airaware/ioa/ioa1-1actair100115/.*

20. **"SciJinks : காற்று என்றால் என்ன?"** *SciJinks,* தேதி குறிப்பிடப்படவில்லை, *https ://scijinks.gov/wind/# :~ :text=The%20Short%20Answer%3A,is%20the%20wind%20we %20experience.*

21. **"தொல்காப்பியம் எழுதிய காலம்."** தமிழ் டிஜிட்டல் நூலகம், தேதி குறிப்பிடப்படவில்லை, *https ://www.tamildigitallibrary.in/admin/assets/book/TVA_BOK_001 2819_The_Date_of_Tolkappiyam.pdf.*

22. **விகாஸ்பீடியா.** *"அறுவடை மற்றும் அறுவடை பின் நேர்த்தி."* 2 பிப். 2018, *https ://ta.vikaspedia.in/agriculture.*

23. *TNAU Agri Portal.* *"அறுவடை பின்சார் தொழில் நுட்பம்."* 2 பிப். 2018, *https ://agritech.tnau.ac.in/ta/expert_system/paddy/phtc.html.*

24. *World Water.* *"நீர் மற்றும் மோதல்கள் பட்டியல்."* *World Water,* தேதி குறிப்பிடப்படவில்லை, *https ://www.worldwater.org/conflict/list/.*

25. *World Water.* *"நீர் தொடர்பான மோதல்களின் தகவல்கள்."* *World Water,* தேதி குறிப்பிடப்படவில்லை, *https ://www.worldwater.org/conflict/refs.html#Hatami_and_Gleick_1 994.*

26. *Precisa.* *"தராசுகளின் வரலாறு."* *Precisa,* தேதி குறிப்பிடப்படவில்லை, *https ://www.precisa.com/blog/the-history-of-the-weighing-scales/.*

27. **ஐரோப்பிய விண்வெளி நிறுவனம் (ESA).** *"சந்திரப் பரப்பு பிரதிபலிப்பு மற்றும் மனித உணர்வு."* *ESA,* தேதி குறிப்பிடப்படவில்லை, *https ://www.esa.int.*

28. **"மண்டல சிதறல் மற்றும் விண்மீன் இயக்கம்."** ஜர்னல் ஆஃப் தி ஆப்டிக்கல் சொசைட்டி ஆஃப் அமெரிக்கா,

தேதி குறிப்பிடப்படவில்லை, *https ://www.osapublishing.org/josa.*

பயன்படுத்திய சான்றிதழ்கள் *(English)*

1. The Academy of Tamil Culture. தமிழில் அறிவியல் கருத்துகள். *Madras, 1975.*

2. Bao, P., et al. "The Seasonal Development Dynamics of the Yak Hair Cycle Transcriptome." BMC Genomics, vol. 21, 2020, https ://doi.org/10.1186/s12864-020-6725-7.

3. Chamovitz, Daniel. What a Plant Knows. Revised edition, Farrar, Straus and Giroux, 2017.

4. Gnanapragasam, N.S. "Science in Thirukkural." International E-Journal of Tamil Studies, vol. 2, no. 3, Aug. 2017, pp. 30-39.

5. Jinnah, M. A. T., and R. R. Prabha. "Universal Health Coverage Through the Prism of Thirukkural." International Journal of Multidisciplinary Educational Research, vol. 9, no. 12 (8), 2019, https ://s3-ap-southeast1.amazonaws.com/ijmer/pdf/volume9/volume9-issue12(8)/20.pdf.

6. Misra, R. B., et al. "Effect of Solar UV Radiation on Earthworm (Metaphire Posthuma)." Ecotoxicology and Environmental Safety, vol. 62, no. 3, 2005, pp. 391-396, https ://doi.org/10.1016/j.ecoenv.2004.11.008.

7. Moreland, J. A. Drought. U.S. Geological Survey, U.S. Dept. of the Interior, 1993, https ://doi.org/10.3133/ofr93642.

8. Ramalingam, A., and G. Veluchamy. Elements of Medical Science in Sangam Literature. n.d.

9. Thirunavukkarasu, M. S., and H. Kapoorchand. "Ayurvedic Concepts in Thirukkural." Journal of Traditional Medicine and Clinical Nature, vol. 6, 2017, p. 231, https ://doi.org/10.4172/2573-4555.1000231.

10. "Aquifers and Groundwater." U.S. Geological Survey, 16 Oct. 2019, Retrieved 23 Feb. 2024, https ://www.usgs.gov/special-topics/water-science-school/science/aquifers-and-groundwater.

11. D. "Weighing Scales : A History of Innovation." WEIGHTRU, 14 Mar. 2022, https ://www.weightru.co.uk/history-of-weighing-scales/# :~ :text=The%20beam%20scale%20is%20thought,pivot%20point.

12. "The 5 Human Senses — And a Few More You Might Not Know About." Live Science, 10 June 2024, https ://www.livescience.com/60752-human-senses.html.

13. MedicineNet. "How Long Does It Take to Die If You Don't Eat?" MedicineNet, n.d., https ://www.medicinenet.com/how_long_does_it_take_to_die_if_you _dont_eat/article.htm.

14. NASA. Moon in Motion : Phases, Eclipses, Supermoons — Overview. n.d., https ://moon.nasa.gov/moon-in-motion/phases-eclipses-supermoons/overview/.

15. NASA. "Why Do Stars Twinkle?" NASA, https ://www.nasa.gov.

16. NASA Earth Observatory. "Planetary Motion : The History of an Idea That Launched the Scientific Revolution." n.d., https ://doi.org/JULY7.

17. National Oceanic and Atmospheric Administration (NOAA). National Oceanic and Atmospheric Administration. n.d., https ://www.noaa.gov/.

18. NIH. "The Body's Sixth Sense." National Institutes of Health, n.d., https ://irp.nih.gov/scibites/the-bodys-sixth-sense# :~ :text=You've%20probably%20been%20taught,body%20parts%2 0are%20in%20space.

19. North Carolina Department of Environmental Quality. "ActAir : Air Quality Monitoring." NC DEQ, n.d., https ://www.deq.nc.gov/airaware/ioa/ioa1-1actair100115/.

20. "SciJinks : What Is Wind?" SciJinks, n.d., https ://scijinks.gov/wind/# :~ :text=The%20Short%20Answer%3A,is%20the%20wind%20we %20experience.

21. *"The Date of Tolkappiyam." Tamil Digital Library, n.d., https ://www.tamildigitallibrary.in/admin/assets/book/TVA_BOK_001 2819_The_Date_of_Tolkappiyam.pdf.*

22. *Vikaspedia. "அறுவடை மற்றும் அறுவடை பின் நேர்த்தி." Vikaspedia, 2 Feb. 2018, https ://ta.vikaspedia.in/agriculture.*

23. *"அறுவடை பின்சார் தொழில் நுட்பம்." TNAU Agri Portal, 2 Feb. 2018, https ://agritech.tnau.ac.in/ta/expert_system/paddy/phtc.html*

24. *World Water. "Conflict : Water and Conflict List." World Water, n.d., https ://www.worldwater.org/conflict/list/.*

25. *World Water. "Conflict References." World Water, n.d., https ://www.worldwater.org/conflict/refs.html#Hatami_and_Gleick_1 994.*

26. *Precisa. "The History of the Weighing Scales." Precisa, n.d., https ://www.precisa.com/blog/the-history-of-the-weighing-scales/.*

27. *European Space Agency (ESA). "Lunar Surface Reflection and Human Perception." ESA, n.d., https ://www.esa.int.*

28. *"Atmospheric Scattering and Stellar Motion." Journal of the Optical Society of America, n.d., https ://www.osapublishing.org/josa.*

பயன்படுத்தப்பட்ட படங்களின் பட்டியல் :

புகைப்பட உபயம் : *Thinking Earth, Vdvelde.com, AccuWeather, Edu Rev, Brainly.in, Harappa.com, Civilenggascent.com, Sciencefacts, FreePik, Research Gate, Webbly, Britannica, NOAA.*